REDBRIDGE LIBRARIES

To renew this item ple:

GW01418209

PS.1489

கிழக்கு பதிப்பக வெளியீடுகளாக சுஜாதாவின் புத்தகங்கள்

மீண்டும் ஜீனோ
நிறமற்ற வானவில்
நில்லுங்கள் ராஜாவே
தீண்டும் இன்பம்
ஆஸ்டின் இல்லம்
அனிதாவின் காதல்கள்
நைலான் கயிறு
24 ரூபாய் தீவு
அனிதா இளம் மனைவி
கொலை அரங்கம்
கமிஷனருக்கு கடிதம்
அப்ஸரா
பாரதி இருந்த வீடு
மெரீனா
ஆர்யபட்டா
காயத்ரி
ப்ரியா
ஒரு பிரயாணம் ஒரு கொலை
தங்க முடிச்சு
எதையும் ஒருமுறை
ஊஞ்சல்
ஜோதி

மாயா
ஓரிரு எண்ணங்கள்
விக்ரம்
விழுந்த நட்சத்திரம்
6961
ஓடாதே
மலை மாளிகை
விடிவதற்குள் வா
மூன்று நாள் சொர்க்கம்
ரோஜா
பத்து செகண்ட் முத்தம்
கம்ப்யூட்டர் கிராமம்
இளமையில் கொல்
தோரணத்து மாவிலைகள்
மேகத்தை துரத்தியவன்
நகரம்
இதன் பெயரும் கொலை
மிஸ் தமிழ்த்தாயே நமஸ்காரம்
வாய்மையே சில சமயம் வெல்லும்
இந்நூற்றாண்டின் இறுதியில் சில சிந்தனைகள்

6961

சுஜாதா

கிழக்கு

6961

6961

by Sujatha

Sujatha Rangarajan ©

First Edition: August 2010

56 Pages, Price Rs. 35

Printed in India.

ISBN 978-81-8493-520-2

Kizhakku - 526

Kizhakku Pathippagam
No.33/15, Eldams Road,
Alwarpet, Chennai - 600 018.
Phone : 044 - 42009601/03/04
Fax : 044 - 43009701

Email : support@nhm.in
Website : www.nhm.in

Kizhakku, An imprint of New Horizon Media Pvt. Ltd.

Publisher
Badri Seshadri
Chief Editor
Pa. Raghavan
Editors
Uma Sampath
S. Sujatha
Marudhan
B.R. Mahadevan
Copy Editors
Mugil
Sa.Na. Kannan
R. Muthukumar
Balu Sathya
R. Immanuel
Chief Designer
T. Kumaran
Designers
S. Kathiravan
Muthu Ganesan
E. Anandan

Cover Image : Shutterstock ©

PRODN/05/09-10

இவனிடம் நான் எப்படிச் சொல்ல, என் கனவுகளின் கலரே வேறு என்று. என் உத்தேசம், கல்யாணத்திலோ அதற்குப்பின் ஏற்படும் இன விருத்தியிலோ இல்லை என்று? நான் விரும்புவதை எப்படிச் சொல்வேன். வாழ்நாள் முழுவதும் இவனை எதிரே வைத்துக்கொள் என்கிறார்களே, அவர்களை நான் எப்படி மீறப் போகிறேன்? இதோ அடுத்த மாதம் ஒரு குதிரையில் ஏறிக்கொண்டு வரப் போகிறானே, என்னைத் தொடப் போகிறானே, எனக்கு முன் இவன் உடை மாற்றப் போகிறானே, என்னுள் நடந்து தன்னைப் போல் விருத்திக்காகக் காத்திருந்து... எதிரே கார் சாவியைச் சுற்றிக்கொண்டு இருக்கிறானே இவனா? இவனா?

முன்னுரை

'6961' கணையாழியில் வெளிவந்தது. '6961' என்கிற தலைப்பைத் திருப்பிப் போட்டால் 1969. இந்தக் கதையை நான் எழுதிய வருஷம் அது. கணையாழி 1965-ல் தொடங்கியதிலிருந்து அதில் தொடர்ந்து, 'நீர்க் குமிழிகள்', 'கடைசிப் பக்கம்' என்று ஒரு பக்கம் எழுதி வந்தேன். ஆசிரியர் கஸ்தூரி ரங்கன் ஒரு தொடர்கதை எழுதச் சொன்னார். அதை பரபரப்பாக முன் இதழில் அறிவித்தார். சுஜாதா கதை வரப் போகிறது என்றால் கணையாழியின் சர்க்குலேஷன் பன்மடங்காக உயரும் என்று அவர் எதிர் பார்த்திருந்தால் ஏமாற்றம்தான். கணையாழி போன்ற சிறு பத்திரிகைகளுக்கு என்று ஒரு ஆதரவாளர் குழாம் இருந்தது. அதில் கடிதம் எழுதுபவர்கள், கதை, கவிதை எழுதுபவர்கள், இவர் களைப் படிக்க மிஞ்சிப் போனால் 2,000 பேர் இருந்தார்கள். இது 20,000 ஆகவோ 2 லட்சமாகவோ சாத்தியமில்லை என்பதைத்தான் 6961 நிரூபித்தது. நான் கணையாழியில் எழுதும் கதை என்பதற்காக உபரியாக நெற்றியைச் சுருக்கிக்கொண்டு இண்டலெக்சுவலாக யோசித்து பிரயத்தனம் எதுவும் செய்யவில்லை. மற்ற பத்திரிகைகளில் எழுதுவது போல்தான் எழுதினேன்.

கணையாழிக்கு ஒரு பேனா, குமுதத்துக்கு ஒரு பேனா என்பது என் வழக்கமில்லை. கணையாழியில் நான் அதிகம் கதைகள் எழுதவில்லை என்பது உண்மை. இதுவே நான் அதன் இலக்கிய அந்தஸ்துக்குத் தந்த மரியாதையாக இருந்திருக்கலாம்.

6961ன் மறுபதிப்பை நான் நண்பர் திரு. கஸ்தூரி ரங்கன் அவர்களின் நீண்ட ஆயுளுக்கு அர்ப்பணிக்கிறேன்.

– சுஜாதா

1

மாநகர், ராஜதானி, ஜனவரிக் குளிர், மெலிதான உலன் சுகக் குளிர். டில்லி. நீங்கள் பார்த்திராத டில்லி. என் பார்வையின் இம்ப்ரஷனிஸ்ட் கண்ணாடி மூலம் பார்க்கப்போகும் டில்லி. புத்தக ஜெயந்தி பார்க், பாறைச் சரிவு, புல்வெளி, மலர்கள், வான வில்லைத் தரையில் இரைத்த மலர்கள், சாரி சாரியாக இந்த வருஷத்து ஜனங்கள் தத்தம் நெருப்புப் பெட்டி வீடுகளிலிருந்து விடுபட்டு சப்பாத்தியையும் பாப்கார்னையும் நீலவானத்தின் கீழ் சாப்பிட வருகிறார்கள். அங்கங்கே டிரான்சிஸ்டர்கள். அங்கங்கே லதா மங்கேஷ்கர்கள், கோக்கோ ஆடும் 'னைந்து', 'னாறு' வயதுப் பெண்கள். அவர்களை பைனாகுலர் அருகாமையில் ரசிக்கும் இளைஞர்கள். சிற்சில கவிஞர்கள், சிற்சில திருடர்கள்.

மலர்கள்முன் மனைவிகளை நிறுத்தி சீஸ் சொல்லச் சொல்ல அவர்கள் சீஸ் சொல்ல அந்தச் செயற்கைச் சிரிப்பை உறைய வைக்கும் கேமரா க்ளிக். அப்புறம் உட்கார்ந்துகொண்டு க்ளிக், படுத்துக்கொண்டு க்ளிக், கேமராவை ஆட்டோவில் போட்டு விட்டு ஓடிப் போய் அவளை அணைத்துக்கொண்டு க்ளிக். ஆசை தீர க்ளிக்குகளைச் சேகரித்துக்கொண்டு அவற்றை கடை மூடுவதற்குள் கழுவ ஓடும் கணவன்கள், உடன் ஓடும் மனைவிகள். யாவரும் இங்கே சந்தோஷம் இருக்கிறதா என்று பார்க்க வருகிறார்கள்.

'விமலா நீ இன்று எனக்குப் பதில் சொல்லித்தான் ஆக வேண்டும்.'

'விமலா?'

'விமலா?'

அந்த விமலாவின் கண்கள் எங்கோ விளையாடிக் கொண்டிருக்கின்றன. விமலாவும் ராஜேஷும் அனுமதிக்கப்பட்ட நண்பர்கள். மேற்குறிப்பிட்ட கேள்விகளைக் கேட்டவன் ராஜேஷ். அவனை மதிக்காதீர்கள். அவனை வர்ணிக்கத் தேவையில்லை. ஒரு சாதாரணன். அவனை எல்லா நகரங்களிலும் பார்க்கலாம். பணம் அதிகம். விமலாவின் அப்பாவும் ராஜேஷின் அப்பாவும் பார்ட்னர்கள். இருவரும் ராத்திரி கண் விழித்து சர்க்காரை ஏமாற்றிச் சேர்த்த லட்சங்களின் சங்கமத்துக்கு விமலா ராஜேஷின் கல்யாணத்துக்குக் காத்திருக்கிறார்கள்.

'என்னவோ சொன்னாயே' என்றாள் விமலா.

'விமலா, நீ என்னை எப்பொழுது கல்யாணம் செய்துகொள்ளப் போகிறாய்?'

'மழை வரும்போல் இல்லை?'

'நம் வாழ்க்கையின் மகத்தான கேள்வி இது. இதற்குப் பதில் மழையா?'

'டோண்ட் யூ ஸீ? மேகங்கள் கரும் திட்டுகள். சில இடத்தில் மட்டும். அப்புறம் மேற்கேயிருந்த காற்று. விண்டரில் மழை பெய்தால் குளிர் அதிகமாகும். ரஜாய்க்குள் புகுந்துகொண்டு ஜே.டி. ஸாலிங்கர் படிக்கலாம். என்ன சொன்னாய் - கல்யாணம்?'

'நீ ஒரு கிராதகி. நான் சளைக்க மாட்டேன். நம் கல்யாணம் எப்போது?'

'உன்னைத்தான் கல்யாணம் செய்துகொள்ளப்போகிறேன் என்று எப்படித் தீர்மானித்தாய்?'

'மை காட்!'

'ஸில்லி! என் மனத்தில் தீர்மானம் ஏற்படுவதற்குக் காத்திருக்கிறேன். பச்சை விளக்குக்கு ஒன், டூ, த்ரீ, டிஸைட்! நான் உன்னை ஒரு கேள்வி கேட்கிறேன்.'

‘ஷ~ட்.’

‘எதற்காக என்னைக் கல்யாணம் செய்துகொள்ள விரும்புகிறாய்?’

‘இப்போதும் எப்போதும் சந்தோஷமாக இருப்பதற்கு.’

‘ஈஸாப் கதைகள் போலப் பேசாதே. காரணம் சொல். எதற்காக என்னை விரும்புகிறாய்? என்னை என்றால் என் உடம்புதானே நீ பார்ப்பது? உனக்கு இருப்பது ஆர்வம். உனக்கு வேண்டியது உரிமை. உரிமை என் பட்டன்களை அவிழ்க்க, நான் உடுத்தியதைக் கலைக்க. என் மனசைப் பற்றி உனக்கு எவ்வளவு தெரியும்? என்னை மணக்க அருகதை இருக்கிறதா உனக்கு? என்னை மணப்பவன் எப்படி இருக்கவேண்டும் என்று என் மனசில் இருப்பதை எப்போதாவது கேட்டிருக்கிறாயா?’

‘கேட்கிறேன், சொல்லேன்.’

‘அவன் உன் மாதிரியே இல்லை.’

‘அவன் மாதிரி நான் மாறுகிறேன்.’

‘அவனே இன்னம் உருவாகவில்லை.’

‘தாங்க் காட்! எனக்கு ஒரு ஆரம்பமாவது இருக்கிறது.’

இவனிடம் சொல்லிப் பயனில்லை. அவன் அந்த லட்சங்களில் ஒருவன். இவன் யுகம் போலி யுகம். இவன் ஆதாரமான ஆசைகள் வேறு. இவன் சந்தோஷம் வெளிப் பார்வைக்கு வில்ஸ் சிகரெட் விளம்பரம்போல போட்டோவில் அச்சாக விழவேண்டும். ரீடர்ஸ் டைஜஸ்ட் படிக்க வேண்டும். ஜப்பான் கேமரா, ஜப்பான் டிரான் ஸிஸ்டர், தேவ் ஆனந்த் படங்கள், சில சில்லறை அமெரிக்கத் தனங்கள்! மை காட்! என்ன ஒரு படர்ந்த மீடியாக்ரிட்டி. இவனிடம் நான் எப்படிச் சொல்ல, என் கனவுகளின் கலரே வேறு என்று. என் உத்தேசம், கல்யாணத்திலோ அதற்குப்பின் ஏற்படும் இன விருத்தி யிலோ இல்லை என்று? நான் விரும்புவதை எப்படிச் சொல்வேன். வாழ்நாள் முழுவதும் இவனை எதிரே வைத்துக்கொள் என்கிறார்களே, அவர்களை நான் எப்படி மீறப் போகிறேன்? இதோ அடுத்த மாதம் ஒரு குதிரையில் ஏறிக்கொண்டு வரப் போகிறானே, என்னைத் தொடப் போகிறானே, எனக்கு முன் இவன் உடை மாற்றப் போகிறானே, என்னுள் நடந்து தன்னைப் போல் விருத்திக் காகக் காத்திருந்து... எதிரே கார் சாவியைச் சுற்றிக்கொண்டு இருக் கிறானே இவனா? இவனா?

அவளுக்கு திடீரென்று நாஃப்தலின் மணக்கும் கப்போர்ட் அருகில் நின்றுகொண்டிருந்தபோது பின்னால் தெரிந்த சலனமும் பேச்சில்லாமல் மூச்சு வாங்கியதும் பிரவாகமாக அலை அலையாக அந்த முதல் தைரியத்தில் ஏற்பட்ட பயமும் பயத்தின்பின் பிறந்த வெறுப்பும் வெறுப்புக்குப் பின் பிறந்த... மையமில்லாத ஆதாரமில்லாத... பயமும்...

'போகலாம்' என்றாள்.

'நீ இன்றைக்கு ரொம்ப மூடியாக இருக்கிறாய்.'

'எனக்குத் தலை வலிக்கிறது.'

'அனாஸின் சாப்பிடுகிறாயா?'

'என் தலைவலிக்கு உன்னையே சாப்பிட வேண்டும்' - அவன் சிரித்தான்.

'இது ஜோக் இல்லை. சிரிக்காதே!'

'லுக் விமலா.'

'யெஸ்! ஐம் லுக்கிங்.'

'ஏன் என்னை இப்படி அலைக்கழிக்கறாய்?'

'ஜஸ்ட் இதுதான். நான் இன்னும் கல்யாணம் என்கிற பரி சோதனைக்குத் தயாரில்லை. நீ அவசரப்படுத்துவது என் உடம்பை உரிமையாக்கிக்கொள்வதற்கு என்றால் கம் ஆன்! ரைட் நௌ!'

'விமலா, நான் போகிறேன்' என்றான்.

'உன் விருப்பம்.'

'நீ?'

'நான் வர கொஞ்ச நேரம் ஆகும்.'

'காரை அனுப்புகிறேன்.'

'அனுப்பு!'

தனியாக உட்கார்ந்திருந்த விமலா மிகவும் இயல்பாக இருந்தாள். விளையாடிக்கொண்டிருந்த அந்தப் பெண்ணின் மூன்று வயது அறியாமையை ரசித்தாள். அதற்கும் கற்றுத் தருகிறார்கள்.

ஃப்ராக்கை உயர்த்தினால் ‘ஷேம் ஷேம்’ கற்றுத் தருகிறார்கள். அதனால் வீட்டுக்குப்போய் தனியாக அவர்கள் அப்படி அலட்டிக் கொள்கிறார்களே என்னதான் இருக்கிறது என்று பார்க்கத் தோன்றுகிறது அந்தக் குழந்தைக்கு!

என் அனுபவங்கள்!

விமலா 15 வயதில், விமலா 18 வயதில். சென்ற ஏப்ரல், பணம், ஒரே பெண், ஆர்வம் புஸ்தகம். ப்ரெளஸ்ட். இந்த வயதில் படிக்கிறவர்கள் அப்நார்மல். என்னைச் சூழ்ந்தவர்கள் எல்லோரும் என்னைப் புகழ்கிறார்கள். என்னைச் சூழ்ந்தவர்கள் இளைஞர்கள். அவர்கள் என்னைப் புகழ்வதற்கு ஓர் ஈடன் தோட்டத்து நோக்கம் இருக்கிறது. நான் ஆணாகப் பிறந்திருக்க வேண்டும். ஆளப் பிறந்திருக்க வேண்டும். எய்தப் பிறந்திருக்க வேண்டும். பணத்தில் சுகத்தில் பிறந்தும்... விரும்பின சுகம் விரல் சொடுக்கில் கிடைக்கும் வசதிகளின் மத்தியில் ஏன் இவ்வளவு தனியாக இருக்கிறேன்? இது அதிகம் படித்ததால், எந்தச் சாதாரண விஷயத்தையும் ஸின்தெடிக்காகப் பிரித்துப் பிரித்து ஆராய்ச்சி பண்ணி அதை ஆதார மிருக உணர்ச்சியில் ஒன்றாகவே முடிவு கட்டும் மனப் போக்கினால்.

பின் என்ன! என்னை மணக்க விரும்பும் ராஜேஷ், என்னை மணக்க விரும்பும் மற்றவர்கள், ஒரு புன்னகையை உதிர்த்தால் அதை எடுத்துப் பத்திரப்படுத்திக்கொண்டு தன் குடும்ப சரித்திரத்தில் பொன் எழுத்துக்களில் பொறித்துக்கொள்ளக் காத்திருக்கும் அவர்கள், என் ஆணவம், நான் படித்த புத்தகங்களால் ஏற்பட்ட மஹா மஹா ஆணவம். ஆணவம்தான்.

அழகு ஆபத்தானது. தொந்தரவானது. நான் நின்றால் பஸ் ஸ்டாண்டில் கலகலப்பு ஏற்படுகிறது. அவர்கள் முகத்தைக் கைக் குட்டையால் துடைத்துக்கொள்கிறார்கள். தலையைச் சரி செய்து கொள்கிறார்கள். பெண்கள் பொறாமையால் ஒதுங்குகிறார்கள். வயதானவர்கள் சந்தர்ப்பம் கிட்டும்போது ஜாடையாகப் பார்த்து, சென்ற காலங்களை நினைவுகொள்கிறார்கள். பாடுகிறார்கள். மூன்று நான்கு பேர் பேசிக்கொண்டிருந்தால் அந்தப் பேச்சு என்னைக் கண்டதும் நின்று விடுகிறது. ஏன் இப்படி வளர்ந்து இப்படி நிற்கிறேன்? அதோ அந்தப் பெண் இருக்கிறாளே, அவள் கடையில்போய் இஷ்டப்பட்டதை வாங்கலாம். இஷ்டப்பட்ட இடத்துக்குச் செல்லலாம். நான் கடைக்குப் போகும்போது கடை

கலகலக்கிறது. என் மார்பின் பரிமாணம் அவன் கவனத்தை அலைய வைக்கிறது. தப்பாகக் கூட்டுகிறான். பென்சில் நுனி உடைகிறது. பார்வைகள், பார்வைகள், முதுகில்கூடப் பார்வை களை உணர்கிறேன். இந்த அமைப்பு எனக்கு ஏன் ஏற்பட்டது? எனக்கு இது தண்டனையா?

என்னை நேராக, சலனமில்லாமல், பொதிந்த காமமில்லாமல், அல்லது பொறாமையில்லாமல் ஏன் ஒருவரும் பார்ப்பதில்லை.

விமலா எழுந்ததும் தூரத்தில் உட்கார்ந்திருந்த அந்த இரண்டு இளைஞர்களும் எழுந்தார்கள். அவள் நடந்ததும் நடந்தார்கள். அவள் நின்றால் நின்றார்கள். காலை பத்து மணியிலிருந்து அவளைத் தொடருகிறார்கள். விசுவாசமுள்ளவர்கள். அவர் களுக்கு பிஸ்கட் போடவேண்டும் என்று நினைத்துக் கொண்டாள்.

விமலா பார்க்கைவிட்டு வெளியே வந்தாள். ராஜேஷின் வீட்டுக் கார் வந்திருந்தது. ராஜேஷ் காத்திருக்கவில்லை. சந்தோஷப் பட்டாள். டிரைவர் வந்திருந்தான். முறைப்பான யூனிஃபார்ம் அணிந்து, அவள் வந்ததும் கதவைத் திறந்தான். அவள் உட்கார்ந் ததும் மரியாதை கலந்த வேகத்துடன் கதவைச் சார்த்தி தன் சீட்டில் வந்து உட்கார்ந்துகொண்டு அந்தக் கலகலப்பிலிருந்து விலகி னான். காரின் உள் கண்ணாடியில் அவன் புருவமும், அதன்கீழ் இருந்த ஆழ்ந்த கண்களும் தெரிந்தன. அந்தக் கண்கள் நேராகப் பார்த்த பார்வையில் கூர்மையும் உஷாரும் இருந்தது. புதிய டிரை வர் போலும். பழைய டிரைவர் அடிக்கடி கண்ணாடி வழியாகப் பார்க்கும் திருடன். இவன் பார்க்கவில்லை. விமலாவுக்குக் கொஞ்சம் அதிர்ச்சியாகக்கூட இருந்தது. இவன் நான் காரில் வந்து ஏறிக் கொண்டபோதுகூட என்னை ஏறிட்டுப் பார்க்கவில்லை!

'புதிதா நீ?' என்று கேட்டாள்.

'ஜீ!' என்றான். வெட்கப்பட்ட ஜி.

'எவ்வளவு நாளாக?'

'ஒரு மாதமாக.'

அவன் பக்கத்தில் வுட்ஹவுஸ் புத்தகம் இருந்தது.

'இந்தப் புத்தகம் யாருடையது?' என்றாள்.

'என் புத்தகம்.'

12

'உனக்கு இங்கிலீஷ் படிக்கத் தெரியுமா?'

'டிரைவராக இருப்பதால் இந்தக் கேள்வி கேட்கிறீர்கள் இல்லையா? எனக்கு உழைப்பு, ஈவினிங் கிளாஸில் படிப்பது போன்ற விஷயங்களில் இன்னும் நம்பிக்கை இருக்கிறது. கார் ஓட்டத் தெரியும். பிழைக்கவேண்டும். படிக்கவேண்டும். ஒரு நல்ல காம்ப்ரமைஸ்!' என்றான்.

கண்ணாடியில் அவன் அவளைப் பார்க்கவே இல்லை. அவள்தான் பார்க்க விரும்பினாள். அவன் நேராகப் பார்த்துக் கொண்டிருக்க - ஏன் என்னைப் பார்க்கவே மாட்டேன் என்கிறான். அவன் தெரிவித்த அவன் பக்கத் தோற்றத்தில்...

'உன் பெயர் என்ன?'

'உன் பெயர் என்ன?' என்று மறுபடி கேட்டாள்.

'கவனிக்கவில்லை. மன்னிக்கவும். என்னை டிரைவர் என்று கூப்பிடுங்கள். பணக்காரர்கள் வீட்டில் வேலை செய்யுமுன் முதற் பாடம் அதிகமான நெருக்கத்தைத் தவிர்க்கவேண்டும். நான் உங்களுடன் பேசுவது ராஜேஷ் பாபுவுக்குப் பிடிக்காது என்று நினைக்கிறேன். அவர் உங்களை ஆராதிக்கிறார்... உங்களைப் பற்றி எவ்வளவு என்னிடம் சொல்லியிருக்கிறார். நான் மௌன மாகக் கேட்டிருக்கிறேன்... நீங்கள் பேசுவது என் கவனத்தைக் கலைக்கிறது. கார் நின்றவுடன் பேசலாம்....'

'கார் நிற்கவேண்டாம்' என்றாள்.

'நீங்கள் சொல்வது எனக்குப் புரியவில்லை.'

'புரியும், வுட்ஹவுஸ் படிக்கும், கம்யூனிஸம் பேசும் என் அருமை சாரதியே!' என்றாள்.

'ஐ பெக் யுர் பார்டன்!'

'ஐல் மேக் யூ பெக்!' என்றாள்.

வீடு சேர்ந்ததும் அவள் ராஜேஷுக்கு டெலிபோன் செய்தாள்.

'ராஜேஷ், நான் மறுபடி யோசித்துப் பார்த்தேன்.'

'என்ன?'

'உன்னைக் கல்யாணம் செய்துகொள்ள எனக்குச் சம்மதம்.'

2

அவர்கள் கல்யாணம் நடந்தது. பாண்ட் வாசித்தார்கள். ரூபாய் நோட்டுக்களை தலையைச் சுற்றி எறிய அந்த பாண்ட் மாஸ்டர் அவற்றைப் பொறுக்கிக்கொண்டு எச்சில் வழிய 'ஆஜ் கல் தேரே மேரே ப்யார்'ஐ கிளாரினெட்டில் ஊதினான். தெருவில் ட்விஸ்ட் ஆடிக்கொண்டே போனார்கள். கேஸ் லைட் கெரோஸின் நிறைய எரிந்தது. சர்தார் மக்கன் ஸிங் எலெக்ட்ரிக் வேலைகள் அமைத்து தோரணம் தோரணமாக சர விளக்குகள் அமைத்து 'ஜிவ்' என்று கரண்ட் இழுத்தான். பெண்கள் உரக்கக் கத்தும் வர்ணங்களில் பட்டுப் புடைவைகள் அணிந்து ஜரிகை நிழல்களில் பொறாமைப்பட்டார்கள். ராஜேஷ் அந்தக் குதிரை மீது பவனி வந்து நெருப்பைச் சுற்றிவிட்டு அவளை அடைந்தான். நிறையச் சாப்பிட்டார்கள். மேல் மாடியில் டோலக் வைத்துக்கொண்டு பாட்டு பாடினார்கள். ஒரு மாமா அசிங்கமாகப் பாடி கேஸ்லைட்காரனைக்கூட நாண வைத்தார். 'ராஜேஷ் வெட்ஸ் விமலா' என்று அச்சடித்து காரின் பின் கண்ணாடியில் ஒட்டவைத்து காரை காகிதப் பூச்சரங்களால் அலங்கரித்து எங்கோ சென்றனர். டிரான்ஸிஸ்டர். வெறும் சீர் வரிசைகள். இரும்பு பீரோ, கட்டில், சோஃபா. சாப்பிட்டுச் சாப்பிட்டு வயிறு எகிறிப்போன பணக்கார விதவைகள். 12 வயசு நாணம் கொண்ட பெண்கள். தலைப்பாகை கட்டிக்கொண்டு ஒருவரை ஒருவர்

அணைத்துக்கொள்ளும் அப்பாக்கள். கருநீலத்தில் ஷர்ட் அணிந்து காற்றடித்தால் விழக் கூடிய சிகரெட் பழகும் சிறுவர் கள். சத்தியங்கள், சாகசங்கள், சாஸ்திரங்களின் மிகப் பெரிய மிகச் சுலபத் தழுவலில் ஏதோ ஒரு மந்திரம். ஏதோ ஒரு அக்னி வலம். 'எவனோ எவளையோ மணக்கிறான். எனக்கு ஒரு கோகோ கோலா.' சிரிப்புகளின் மத்தியில் சிக்கன், அதாவது கோழிகள், அண்டா அண்டாவாக மிதக்க அவர்கள் படை யெடுத்தார்கள். விரல்களைச் சுவைத்தார்கள். படுக்கை விரித்தார்கள். கல்யாணம்! ராஜேஷ் விமலா. அனைவரும் வரவும்.

காலை எல்லாவற்றையும் பிரிந்து, தத்தம் தின வாழ்க்கைகளுக்கு விரைந்தார்கள்.

வேகமுள்ளவர்கள். கல்யாணம் என்பதன் அர்த்தம் மிக எளி தானது அவர்களுக்கு. கல்யாணம், காஷ்மீர், படகு, எட்ஸெட்ரா. இந்த எட்ஸெட்ராவினால் பெண்ணுக்கு மூன்றாம் மாதம் குமட்டவில்லை என்றால் அவர்கள் கவலைப்படுவார்கள்.

விமலாவும் ராஜேஷும் ஸ்ரீநகரை நோக்கி காரவெல் ஏறினார்கள். மலை முகடுகளைக் கடந்து காஷ்மீர் என்கிற வெறுப்பு மிகுந்த பேஸினில் அவர்களை இறக்கியது விமானம். இந்தியா = காஷ்மீர் என்று தனித்தனியாகப் பேசும், போலீஸ்காரர்கள் அருகில் இல்லாதபோது ஜிஹாத் பேசும் ஜனங்கள். டூரிஸ்டுகளை அண்டர்வேர்வரை உருவிவிட்டு அனுப்பும் சூரர்கள். விரவிய படகு வீட்டுப் பனிமலை பச்சைக் கண்ணாடி ஏரிப் பிரதேசம் கணக்கில்லாத மத்ய சர்க்கார் கோடிகளைச் சாப்பிடும், 'பார் அழகான காஷ்மீர்'.

ஹோட்டலுக்குச் சென்றார்கள். உடைகளை மாற்றிக் கொண் டார்கள். கேட்டான். மறுத்தாள். லெமன் ஜூஸ் குடித்தார்கள். ராஜேஷ், 'உன்னை எந்த விதத்திலும் கட்டாயப்படுத்தவில்லை நான்' என்றான்.

'உன் மேல் எனக்கு வாழ்க்கைத் துணைவன் என்கிற ரீதியில் மரியாதையும் அன்பும் ஏற்படும்போது நாம் தொட்டுக் கொள்ளலாம்' என்றாள் விமலா. அவன் சிரித்து விஸ்கி கொண்டு வரச் சொன்னான்! விஸ்கி வந்ததும் அதைக் குடிக்கச் சொன் னான். அவள் மறுத்தாள். அவன் குடித்தான்.

('சியர்ஸ்! டு தி ப்ரஸிடெண்ட் ஆஃப் இண்டியா') மேலும் குடித்துவிட்டு 'விஸ்கி, ஸ்ட்ராவின்ஸ்கி, சைகோ விஸ்கி, விக்ஸ்கி' என்று மல்லாந்தான். அவள் பேசவில்லை. ஜன்னல் காற்றில் திரை ஆடும்போது பக்கத்தில் அவன் பூரா மயக்கத்தில் கிடந்தபோது அந்த ஜன்னல் கதவு எண்ணை இல்லாமல் முனகும் போது விமலா, அதற்கெல்லாம் என்ன அர்த்தம் என்று யோசித் தாள். பாதி நினைவு வந்ததும் அவன் அவளைக் கேட்டான் - கார் வாங்கியவன் சாவி கேட்பது போல. அவள் மறுக்க அங்கே ஒரு அற்புதமான பலாத்காரம் நிகழ்ந்தது. அவளை அவன் பற்றி இழுத்து, 'நீ எனக்கு உரியவள், நீ எனக்கு உரியவள்...' என்றான். அவள் பலமுள்ளவள், அவன் குடித்தவன். அவள் வென்றாள்.

காலை மன்னிப்பு கேட்டான். எம்போரியத்துக்கு அழைத்துச் சென்று அபரிமிதமாக வாங்கித் தந்தான். ஜிகினாப் போர்வை, உலன் சமாச்சாரங்கள், வெள்ளி, மர வேலைப்பாடுகள், ஸில்க் என்று அவன் சுல்தான், அவள் அழகான அடிமைப் பெண் ஜெரினா. கடைக்காரனுக்கு அலுக்கும்வரை கன்னாபின்னா என்று வாங்கினான். 'ஆர் யூ ஹாப்பி' என்று கேட்டான். அவள் புத்தகக் கடைக்குப் போக விரும்பினாள். புத்தகக் கடையில் அவள் 'டிக்ளைன் அண்ட் ஃபால் ஆஃப் ப்ராக்டிகலி எவ்ரிபடி', அவன் 'ஆதம்' என்கிற ஒரு டாலர் வழவழப்புப் பத்திரிகை. அதன் மையப் பக்கத்தில் உடையில்லாமல் வெயில் படாத இடங்கள் வெளிர்ப்பட சிரித்துக்கொண்டிருந்த டால்லி ஹென்ஸ்மன் என்கிற ஹாலிவுட் எட்ட முடியாத, குட்டி நடிகை நிர்வாணத்தில். இன்று குடிக்கக்கூடாது என்று தீர்மானித்தான்.

பச்சைப் பசேல் என்று ரெக்ஸோனா சோப் நிறத்திலிருந்த புல் வெளியில் நடந்தார்கள். ஃபோட்டோ எடுத்தார்கள். அவளை அணைத்துக்கொண்டான். ஓர் ஓட்டைத் தியேட்டரில் உட்கார்ந்து கொண்டார்கள். பாதியில் எழுந்துவந்தார்கள் (விமலா தலை வலி). பின்பு க்வாலிட்டியில் சாப்பிட்டார்கள் (விமலா ஓவல்டின் மட்டும்). அப்புறம் மறுபடி படுத்துக் கொள்ளச் சென்றார்கள். வெளியில் இதமாக இருக்கும் என்று வராந்தாவில் நாற்காலி போட்டு போர்த்திக்கொண்டு உட்கார்ந்தார்கள். அவன் அவள் அருகில் உட்கார்ந்துகொண்டு அந்தப் பத்திரிகையை அரை வெளிச்சத்தில் காட்டிக் கொண்டிருந்தான். சூடு பண்ணுகிறான். அவன் சுத்தமாகக் காத்திருக்கிறான். அவனுக்கு அவன் பணத்தின்

மதிப்புக்குப் பலன் வேண்டும். அவன் தூங்க முயற்சிப்பானா என்று எதிர்பார்த்தாள். இன்று விஸ்கி சாப்பிடவில்லையா என்று கேட்டாள். 'இல்லை. எல்லாச் சக்திகளும் தேவை இன்று' என்றான் சிவராஜ் வைத்தியசாலை விளம்பரம்போல். அப்புறம் சொன்னான்: '.........கிறேன்.' 'இந்தச் சமயத்தில் நான் இவனைக் கொல்ல முடியும்!' 'சற்று நேரந்தான் அனுமதிக்கப் போகிறான். அப்புறம் பாயப் போகிறான். என்ன செய்வது?' என்று கவலைப்பட்டாள் விமலா. நான் எதற்காக விரும்ப வில்லை? எனக்கு இவனைப் பிடிக்கவில்லையா அல்லது ஆதாரமாக இந்தச் செய்கை பிடிக்கவில்லையா? எதன்மேல் வெறுப்பு? எனக்குச் சொல்லத் தெரியவில்லையே. என் இள வயதில் எங்கே, இதன் இந்த வெறுப்பின் மனோதத்துவம் பொதிந்திருக்கிறது... மாடி அறையில் அப்பாவின் புத்தகத்தின் நாஃப்தலின் மணம்... பின்னால் சலனம்... திரும்புதற்குள் திரும்புவதற்குள் திரும்புவதற்குள்... நான் மாட்டேன் மாட்டவே மாட்டேன்...

நாற்காலிக்குப் பின்னால் நின்றுகொண்டு நிலா பார்க்கச் சொன்னான். கழுத்தில் உரசினான். இன்னும் உரசினான். அவளை நின்றவாறே அணைத்தான். அவன் என்னைக் கொல் கிறான். விடுபட்டு எழுந்து, 'நான் ஒரு வாக் போய் விட்டு வருகிறேன்' என்றாள்.

'தனியாகப் போகக்கூடாது. நானும் வருகிறேன்' என்றான். நான் ஒரு விசுவாசமுள்ள நாயை விலைக்கு வாங்கிவிட்டேன். அவன் கோட் அணிந்துகொண்டான். அணிவித்தான். நடந்தார்கள்.

ஒரு கணம் பக்கத்தில் இருப்பவனை மறந்துவிட்டு சந்தோஷமாக இருந்தாள். மறுகணம் அப்புறம் நடக்கப் போகும் வேட்டை பற்றிக் கவலைப்பட்டாள்.

எப்படிப்பட்ட மகத்தான தப்பு! எதற்காக மணம் செய்து கொண்டேன். எதற்காகச் சம்மதித்தேன். டிஸாஸ்டர்!

அந்த டிரைவருடன் சாட்டர்லிபோல ஒரு விளையாட்டு விளை யாடலாம் என்பதற்காக? எங்கே அவன்? எங்கே அந்த மகத்தான பங்களா? எங்கே அந்த ரகசியங்கள் மிகுந்த தோப்புகள்? எங்கே அந்த அளவில்லாத ஆண்மை? எங்கே அந்த அபரிமிதமான சந்தர்ப்பங்கள்?

டில்லி! டிஃபென்ஸ் காலனியில் வெள்ளம் வெள்ளமாக உறவினர்கள். பாத்ரூமுக்கு உள்ளேகூட உடன் வரும் தங்கைகள். நான் 36 அணிகிறேன். நீ... என் அருமை மர மண்டைகளே, என்னைத் தனியாக விடுங்களேன். தனியே தனியே தனியே.

என் வேதனையை உரக்க எதிரொலி பொங்கக் கத்தவேண்டும் போலிருக்கிறதே. கத்தினாள். மிக உரக்க மனத்துக்குள். நின்றான்... 'வா நம் கடமையைச் செய்வோம்' என்றாள்.

அந்த ராட்சசக் கழுகு உயரே உயரே உயரே 'மெர்ரி விடோ வால்ட்ஸ்' பின்னணியில், அபார நீலத்தில் ஒரே ஒரு உண்மையான சிறகை விரித்து, மெதுவாக மெதுவாக தன் ரட்டரை அசைத்து அசைத்துப் பறந்தது. வட்டங்கள், ப்லிப்கள், எட்டு வடிவங்கள், நேர்க் கோடுகள்! பிரமிக்கும் பழுப்புச் சித்திரங்கள். நீலத்தில் வரைந்துகொண்டிருந்த அது உடனே கூர்மையாகி ஒரே ஒரு வீழ்ச்சியில் ஆயிரம் அடிகளைக் கவிழ்த்து கீழே வந்து கவர்ந்து அமர்ந்து இரையைத் துடிக்க வைத்து நகம் பதித்துச் சிதற அடித்து மூக்கை உதறிக் குத்திப் பரிசோதித்து எடுத்து மறுபடி உதறி மறுபடி குத்தி எடுத்துக் கிழித்து...

இப்போதும் அந்த இரைக்கு உயிர் இருந்தது.

ஸ்ரீநகரிலிருந்து திரும்பி வந்த மூன்றாம் நாள் விமலா, தான் கார் ஓட்டக் கற்றுக் கொள்ள விரும்புவதாக ராஜேஷிடம் சொன்னாள்.

3

'நீ கம்பெனிக்குப் போய்விடுகிறாய். நான் உன் தங்கைகளின் முட்டாள்தனமான கேள்விக்கு மத்தியில் தவிக்கிறேன். கேள்விகள் என்ன சொல் லட்டுமா? எனக்கு எங்கெங்கே மச்சம் இருக்கிறது. எனக்கு...'

'ஹோல்ட் இட் ஹனி! உனக்கு என்ன வேண்டும்? டிரைவிங் கற்றுக்கொள்ள வேண்டும்.'

'ஆம்.'

'டன்' என்றான். கையைச் சொடக்கினான். ராம்லால் வந்தான். டிரைவரை அனுப்பச் சொன்னான்.

அவன் வந்தான். அவனை ஏற இறங்கப் பார்த்தாள். ராஜேஷை விடச் சுத்தமாக இரண்டு இஞ்ச் அதிக உயரம். ராஜேஷைவிட நிறம் கம்மி. ஆனால் ராஜேஷை இடது கையால் தள்ளக் கூடிய உடம்பு. ராஜேஷைவிடப் பிரகாசமான பற்கள், என்னைப் பாரேன் மடையா. பணிவு. தர வித்தியாசத்தை அடிக்கடி ஞாபகப்படுத்திக் கொள்ளும் பணிவு. தூரம். அடிமைத்தனம். நீ பாழாய்ப் போன அரசன், நீ எசமான் என்று சொல்லும் பார்வை.

'நாளையிலிருந்து மேம்ஸாபுக்கு டிரைவிங் கற்றுத் தரவேண்டும் நீ. ரிட்ஜ் ரோடில் காலை ஆறு, ஏழு மணிக்கு டிராஃபிக் இல்லாத சமயம்...'

'மன்னிக்கவும் சார். முதலில் எனக்குக் கற்றுக்கொடுத்துப் பழக்கமில்லை. இது கொஞ்சம் நிதானமாகச் செய்யவேண்டிய விஷயம். இதற்காக ஸ்கூல் இருக்கிறது. அவர்கள் அதில் சேரலாம்.'

'அதைப் பற்றி நீ என்னிடம் சொல்லவேண்டியதில்லை. உனக்குக் கற்றுக் கொடுப்பதற்கு என்ன வந்துவிட்டது? சொன்னபடி செய். அண்டர்ஸ்டாண்ட்?'

'மன்னிக்கவும் சார்.'

'வாட்டு யூ மீன்?'

'எனக்குப் பெண்களுக்குக் கற்றுத்தர அருகதையில்லை.'

'உனக்குச் சம்பளம் எதற்குக் கொடுக்கிறது?'

'டிரைவிங் மட்டும்தான். ஸ்கூல் நடத்துவதற்கு அல்ல!'

'ஹி இஸ் ஹாட்டி!'

'அவனுக்கு இங்கிலீஷ் புரியும்' என்றாள் விமலா.

'தெரியும். ஹி திங்ஸ் ஹி இஸ் க்ளெவர்! டேய், உன் பெயர் என்ன? ஸாலா உனக்குப் புஸ்தகம் வாங்கித் தந்தது யார்?'

'நீங்கள்தான்!'

'எத்தனை புஸ்தகங்கள்? ஈவினிங் கிளாஸில் சேர்த்துவிட்டது யார்? போய் எல்லாப் புஸ்தகத்தையும் கொண்டுவந்து கொடு. எவ்வளவு நாள் இந்த மாதம் வேலை செய்திருக்கிறாய் - கணக்கு தீர்த்துவிட்டு உன் அறையைக் காலி செய். நன்றி இல்லாத ஜன்மம்! சோப்ராவைக் கூப்பிடு போ.'

அவன் தயங்கினான். கிளம்பினான். வெளியே சென்றான். நின்றான். திரும்பினான். உள்ளே வந்தான். 'நான் சொன்னதற்கு மன்னிக்கவும், கற்றுத் தருகிறேன். எனக்கு வேறு கதியில்லை.'

'தெரிகிறதா! தெரிகிறதா விசுவாசம்...'

விமலா ராஜேஷைத் தடுத்தாள். 'நீ போகலாம். நாளைக்கு காலை வா' என்றாள்.

அவன் போனதும், ‘அவன் மேல் நம் கோபத்தைச் செலவழிக்க வேண்டியதில்லை. வி ஆர் டூ பிக்! வி ஆர் லார்ஜ். ராஜேஷ், லார்ஜ். அவனுக்கு அவன் கௌரவம் கொஞ்சம் பாதுகாக்கப்பட வேண்டும். விட்டு விடு’ என்றாள்.

‘வாட் எவர் யூ ஸே ஹனி!’

‘ஹனி! எங்கிருந்து சேகரித்தாய்!’

‘க்ளட்ச் ப்ரேக் பெடல் ஆக்ஸில்ரேட்டர் நியூட்டரல் ஃபர்ஸ்ட் ரிவர்ஸ் செகண்ட் தர்ட்...’

‘எனக்கு எல்லாம் தெரியும்’ என்றாள்.

‘ஐ பெக் யுர் பார்டன்?’

‘எனக்குக் கார் ஓட்டத் தெரியும்!’

‘புரியவில்லை.’

‘கெட் அவுட். வெளியே நில்! பார்!’ என்றாள். லாகவமாக முதல் கியருக்கு இறங்கி அரை பர்லாங் சீறிவிட்டு அதை அரை பர்லாங் ரிவர்ஸில் கொண்டுவந்து அவன் எதிரே நிறுத்தினாள்.

‘நீங்கள் என்னுடன் விளையாடுகிறீர்கள் என நினைக்கிறேன்.’

‘நினை!’

‘எதற்காக என்னைக் கார் ஓட்டக் கற்றுத் தர அழைத்தீர்கள்?’

‘எதற்காக? சொல் பார்க்கலாம்.’

‘எனக்குச் சொல்லத் தெரியவில்லையே!’

‘என்னதான் தெரியும் உனக்கு?’

‘பப்ளிக் ஃபினான்ஸ்.’

‘அது உன் பாடம். அதற்கு வெளியே?’

‘வெளியே இருக்கிற உலகம் ஹாஸ்டல்.’

‘உனக்கு உள்ளே இருக்கிற மிஷின் எப்படி வேலை செய்கிறது என்று பார்க்க ஆசை எனக்கு. என்னைச் சூழ்ந்துள்ள அந்தப்

பணம் நாறும் பிரதேசத்தில் என்னைக் கவர்கிற ஒரே ஆசாமி நீ. உன்னைப் பற்றிச் சொல். பேசவேண்டும் எனக்கு. நான் இது வரை அந்த வீட்டில் பேசினது பேச்சல்ல. வெறும் சப்தம். செத்துப் போன சொற்கள். சொல், உன் வயசு என்ன?'

'இருபத்தி நான்கு.'

'என்ன சாப்பிடுகிறாய்?'

'புத்தகங்களை.'

'என்ன கேட்கிறாய்?'

'இரண்டு வேளை சாப்பாடு.'

'என்ன விரும்புகிறாய்? என்னைப் பற்றி என்ன நினைக்கிறாய்?'

'இன்டெலிஜெண்ட், மிஸ்ஃபிட்.'

'மேலும்.'

'ப்ரெட்டி.'

'மேலும்.'

'சைல்டிஷ்.'

'மேலும்.'

'டேஞ்சரஸ்.'

'அப்புறம்?'

'அடைச் சொற்களில் அவ்வளவு செல்வந்தனில்லை நான். நீங்கள் ஏன் இப்படி என்னைத் தனியே அழைத்து வலுக் கட்டாயமாகப் பேசுகிறீர்கள்?'

'நீ ஏன் என்னை மற்றவர்கள்போல் பார்ப்பதில்லை?'

'மற்றவர்கள் எப்படிப் பார்க்கிறார்கள்?'

'விஷமத்துடன் விஷத்துடன் பெட்ரூம் நோக்கத்துடன்.'

'நான்?'

'நீ பார்ப்பதே இல்லை.'

'ஏன்?'

'அதைத்தான் நான் கேட்டேன்.'

'சந்திரனை அல்லது ஜுபிடரை இல்லை வீனஸை யாராவது விஷமத்துடன் பார்ப்பார்களா? எவ்வளவு தூரம்? அடைய முடியாத தூரம்.'

'அடைய ஆசை இருக்கிறதா?'

'இல்லை. நான் ரியலிஸ்டிக். நேற்று கற்றுக்கொண்ட வார்த்தை, ப்ராக்மாடிக்!'

'எனக்குக் கற்றுக்கொடு, கார் ஓட்ட!'

'உங்களுக்கு என்ன வேண்டும் என்னிடமிருந்து? சொல்லுங்கள். எனக்குத் தோன்றுகிறது, என்னை ஒரு விதத்தில் உபயோகப் படுத்த விரும்புகிறீர்கள். நான் நினைத்துக் கொள்வது தவறாக இருக்கட்டும். நான் அதைச் சொல்லி விடுகிறேன். எனக்குக் கழுத்தில் பட்டை போட்டு வீட்டின் பின்னால் வசதியுடன் லாயத்தில் கட்ட நினைக்கிறீர்கள், சொந்த உபயோகத்துக்காக! அப்படி இல்லை என்று சொல்லுங்களேன், தயவு செய்து.'

'நீ என்னை அவமதிக்கிறாய். அதற்காக நான் உன்னைக் கன்னத்தில் அறையவேண்டும்.'

'தயவு செய்து தப்பாக எடுத்துக்கொள்ளாதீர்கள். என் வாழ்க்கை சிக்கல் இல்லாதது. சாதாரணமானது. எடிசனைப் பற்றிப் படித்து விட்டு அது மாதிரி இப்போதும் முடியும் என்று நம்பி உழைப்பு, வியர்வை, தன்னம்பிக்கை என்று பழைய விஷயங்களில் இப்போதும் பக்திகொண்டு ஏதோ முன்னுக்கு வர நினைக்கும் ஒரு சின்ன ஆசாமி நான்.'

'முன்னுக்கு வருவது என்றால் என்ன? பணம் சம்பாதிப்பது தானே?'

'இல்லை.'

'பின்?'

'பணம் என்று சொன்னால் என் மேல் கரன்சியை எறிவீர்கள் என்று பயமாக இருக்கிறது. எனக்கு பி.ஏ. படிக்க ஆசை. ஆனால் பரீட்சை இல்லாமல் இல்லை. கஷ்டமான பாதை எனக்குப் பிடிக்கிறது...'

'ஆல் ரைட். இன்றைய பாடத்தைத் தொடங்கு.'

'என்ன பாடம்?'

'டிரைவிங்!'

'நீங்கள் விளையாடுகிறீர்கள். என்னைச் சஞ்சலப்படுத்துகிறீர்கள். என் வரம்புகளை மீறச் செய்கிறீர்கள். நீங்கள் ராஜேஷைத் தப்பாகக் கணக்கிடுகிறீர்கள். உங்கள் விளையாட்டில் நான் ஒரு நிம்மதியில்லாத இரையாக விரும்பவில்லை.'

'உன் பெயர் என்ன?'

'யாஷ்.'

'யாஷ் என்ன?'

'வெறும் யாஷ். என் குடும்பப் பெயரைச் சொல்லிக்கொள்ள விரும்பவில்லை. என் அப்பாவின் ஞாபகத்தைப் பூரணமாக மறக்க விரும்புகிறேன். அவன் என் எதிரி. எங்கள் எல்லோரையும் புறக்கணித்தவன்.'

'உயிருடன் இருக்கிறாரா?'

'தெரியாது. கவலையும் கிடையாது.'

'யாஷ். என் தனிமையை உணர்கிறாயா?'

'ஆம்.'

'இந்த வீட்டில் நான் ஏன் கல்யாணம் செய்துகொண்டு நுழைந்தேன் என்று நினைக்கிறாய்?'

'எனக்கு அதுதான் புரியவில்லை.'

'உனக்காக!'

'ஓ நோ!'

'ஓ எஸ்.'

'நான் உங்களைச் சரியாகப் புரிந்துகொள்ளவில்லை.'

'காரைக் கிளப்பு. வெகு தூரம் செல்... வெகு தூரம் செல்... வெகு தூரம் செல்.'

'காகாஜி நமஸ்தே. நான் ராஜேஷ் பேசுகிறேன். எப்படி இருக் கிறீர்கள். எல்லோரும் சௌக்கியம்தானே? ...ஜி? விமலா? ஓ எஸ். ஷி இஸ் ஓ.கே. அவளைப் பற்றித்தான். நீங்கள் வீட்டுக்கு வருவதே இல்லையே. மீரட்தானே... அடிக்கடி வரலாமே. விமலாவைப் பற்றி ஒரு விஷயம் கேட்க வேண்டும். அவளுக்கு கார் ஓட்டத் தெரியாதா? தெரியுமா? லைசென்ஸ் இருக்கிறதா? எக்ஸ்பயர் ஆனதா? எனக்கும் அப்படித்தான் ஞாபகம். அதனால்... ஒன்று மில்லை. அதைப் புதுப்பிக்க வேண்டும் என்றாள். லைசென்ஸ் மீரட்டில் இருக்கிறதா... அச்சாஜி, நமஸ்தே. அப்புறம்... பாபி முன்னா எல்லோரையும் கேட்டதாகச் சொல்லுங்கள். ஆமாம்...'

ராஜேஷ் யோசித்தான். இதற்கு என்ன அர்த்தம்? எனக்குச் சரியாகப் புரியவில்லையே. அவனுக்கு அந்தத் தொடர்பை நினைத்துக்கூடப் பார்க்க முடியவில்லை. வெளியே வந்து நின்றான். சிகரெட் பற்ற வைக்குமுன் கார் வந்து நின்றது. அவள் உள்ளே உட்கார்ந்திருந்தாள். டிரைவர் வந்து திறந்தான். இறங்கினாள். ஷெட்டில் விடச் சென்றான் யாஷ்.

'விமலா' என்றான். 'எப்படி இருந்தது பாடம்?' என்று கேட்டான். விமலா அவனை நேராகப் பார்க்காமல் 'முதல் கியரில் அடிக்கடி இஞ்சின் அணைந்து ஆக்ஸ்லரேட்டருக்கு ஏற்ப க்ளட்சை ரிலீஸ் செய்ய முடியவில்லை. முதல் தடவைதானே?'

'நீ பொய் சொல்வதில் திறமை இல்லாதவள்' என்றான்.

விமலா திறமையுள்ளவள். 'நீ என்ன கேட்கப் போகிறாய் என்பது எனக்குத் தெரியும். எனக்கு முன்னமே கார் ஓட்டத் தெரியுமே. லைசென்ஸ்கூட எடுத்திருக்கிறேனே என்றுதானே?'

'ஆம்.'

'அது காலாவதி ஆகி இரண்டு வருஷம் ஆகி விட்டது. எனக்கு டச் விட்டுப் போய் விட்டது. எனக்கு டிராஃபிக்கைக் கண்டால்

பயம். கான்ஃபிடன்ஸ் வருவதற்குத்தான் மறுபடி முதலிலிருந்து ஆரம்பிக்க நினைத்திருக்கிறேன். இந்தப் பதில் உன்னைத் திருப்திப்படுத்துகிறதா?'

அவன் சிரித்து 'ரொம்ப' என்றான். அவன் திருப்தி அடைய வில்லை.

விமலா, 'பை தி வே, திடீரென்று என்ன சந்தேகம்? விசாரித்தாயா?' என்றாள்.

'நோ. நோ. எனக்கு என்னவோ நீ கார் ஓட்டிப் பார்த்ததாக ஞாபகம்.'

'அப்படி என்றால் அதற்கு என்ன அர்த்தம்?'

'எதற்கு?'

'நீ பொய் சொல்வதில் திறமை இல்லாதவள் என்கிறாயே? நான் என்ன பொய் சொன்னேன்? எதையாவது மறைத்தேனா?'

'இல்லை.'

'பின் ஏன் கேட்டாய்?'

'தப்பாக எடுத்துக்கொள்ளாதே விமலா! என்ன செய்யச் சொல்கிறாய். மன்னிப்பு கேட்கவேண்டுமா?'

'வேண்டாம். இந்த மாதிரி சில்லியாக கேள்விகள் கேட்காமல் இருந்தால் போதும்' என்று உள்ளே சென்றாள்.

யோசித்தான். அவர்களை மறைவாகக் கவனிக்க நாளையிலிருந்து ஏற்பாடு செய்யவேண்டும். ஏதாவது தப்பாக நடக்கிறது என்று தெரிந்தால் அவனைச் சின்னாபின்னமாக, கூழாக உருத் தெரியாமல் அடித்துவிடவேண்டும். அதற்காக ஆட்கள் இருக்கிறார்கள்

4

டில்லி சோம்பேறிகளில் ஒருவன் அவன். அன்று சுறுசுறுப்பாக இருந்தான். காரணம் காசு. எதிர் பார்த்த வருமானம். முன்தினம் ராஜேஷ் என்கிற நபர் ரூபாய் கொடுத்து, கார் நம்பரைக் கொடுத்து, இடத்தைச் சொல்லி, விடியற்காலை அங்கே ரோந்து சுற்றி, அந்தக் காரில் வருகிறவர்கள் செய்வது ஒரு வரி விடாமல் ரிப்போர்ட் செய்வதற்கு ரூபாய் நாற்பது அட்வான்ஸ் என்றால்?

எழுந்திருந்தவன் அவசரமாகப் பல் துலக்கிவிட்டு ஒரு ரொட்டியைக் கடித்துவிட்டு முட்டையை உடைத்து வாயில் கவிழ்த்துக்கொண்டு வெளியே வந்து ஸ்கூட்டரை உதைத்து ரிட்ஜ் ரோடை அடைந்து,

அவர்களுக்காகக் காத்திருந்தான்.

ஏழு மணிக்கு விமலா மிக சாதுர்யமாக கார் ஓட்டிக்கொண்டு வர, யாஷ் ஓரத்தில் உட்கார்ந் திருக்க, அந்த விண்ட் ஷீல்ட் கண்ணாடிக்குப் பின் அவர்கள் பேசிய பேச்சு ஹெகல் (எச்.இ.ஜி. இ.எல்.) பற்றி. அது அந்த சோம்பேறிக்கு - முட்டை சாப்பிட்டவன், சற்றுமுன் அறிமுகமானவன் - சத்தியமாகப் புரிந்திருக்காது. அவனைப் பொருத்த வரை அது பெண்பிள்ளை விஷயம்; யாரோ யாரையோ தள்ளிக்கொண்டு வந்திருக்கிறான்.

தள்ளிக்கொண்டு வந்திருப்பவன் தள்ளி வரப்பட்டவளிடம் விண்ட் ஷீல் கண்ணாடிக்குப் பின் என்ன பேசுவான், ஹெகலா?

அவன் குறித்துக்கொண்டான்: 'அன்யோன்யமாகப் பேசிக் கொள்கிறார்கள்.'

காரின்பின் சந்தேகத்துக்கு இடமில்லாது அரை ஃபர்லாங் தூரத்தில் தன் ஸ்கூட்டருடன் தொடர்ந்ததில் அவர்கள் பேச்சும் இயக்கங்களும் எல்லாம் அவன் கண்களுக்கு செக்ஸ் இயக்கங்களாகத் தோன்றின (அதைத்தான் காசு கொடுக்கப் போகிறவன் என் ரிப்போர்ட்டில் எதிர்பார்க்கப் போகிறான்). எனவே விமலா எதையோ எடுக்கக் குனிந்தபோது நம் சோம்பேறி நின்று நிதானமாக டயரியில் '7:16 முத்தமிட்டுக் கொள்கிறார்கள்' என்று எழுதினான்.

'சே' என்று டயரியை விசிறிக் கடாசினான் ராஜேஷ். 'நீ பார்த்/ தாயா?' என்று கேட்டான்.

'ஹா(ன்) ஹா(ன்) சில விஷயங்களை நான் எழுதவில்லை ஸாப்! குட்டி யார்? அவனைப் பார்த்தால் டிரைவர் மாதிரி இருக்கிறது?'

'உஸ்தாத், உன் பெயர் என்ன?'

'வ்யாஸ், வேதவியாஸ்.'

'வ்யாஸ். உனக்குக் கொஞ்சம் திடமான ஆட்களைத் தெரியுமா?'

'புரியவில்லை!'

'ஒரு ஆளைக் காண்பித்தால் அவனை நாலு தட்டுத் தட்டிப் போடுவதற்கு. அதாவது அவன் இனி அதிக உபயோக மில்லாமல் செய்வதற்கு.'

'யூ மீன்?'

'எஸ். ஐ மீன் தட்.'

'பணம் ஆகும்.'

'ஆகட்டும்.'

'என்றைக்கு நடக்க வேண்டும், சொல்லுங்கள்.'

'இன்றைக்கு முடிந்தால். இல்லை நாளைக்கு உடனே!'

இருபத்தி எட்டு வயது முடிந்த யாஷ் இன்று இறக்கப் போகிறான். அது அவனுக்குத் தெரியாது. இன்று காலை எழுந்ததும் அவன் சற்று அதிகமாகவே சந்தோஷப்பட்டான். காரணம் ஹிந்துஸ்தான் டைம்ஸில் அவன் எழுதிய 'ஆசிரியருக்கு கடிதம்' பிரசுரமாகியிருந்தது. கடிதத்தின் விஷயம் ஒன்றும் இலக்கிய சம்பந்தப்பட்டதல்ல. அன்புள்ள ஆசிரியரை விளித்து, ராஜேந்திர நகரில் தண்ணீர் நிலைமை மிக மோசமாகிக்கொண்டு வருவது பற்றி கார்ப்பரேஷன்காரர்களின் கவனத்தை ஈர்க்கும் ஒரு புகார் செய்திருந்தான். இருந்தும் லட்சோப லட்சம் பிரதிகளில், யாஷ் - யாஷ் - யாஷ் என்று நேற்று இரவு எப்போது அந்த ஹீடல்பர்க் இயந்திரம் அவன் பெயரை அலறி இருக்கவேண்டும். அந்த நினைவு அவனைச் சந்தோஷப்படுத்தியது. விமலாவிடம் சொல்லவேண்டும். விமலா என் எஜமானி. என் தேவி.

யாஷ் இருபது வயதில் சாக்கடையில் கிடந்தவன். இருபத்தோரு வயதில் தன் தங்கையின் கமீஸை ஒருவன் பற்றிக் கிழித்தற்கு அவனை எதிர்த்து வேகம் தீர, கோபம் தீர மரணத்தில் இருந்து மூன்று இஞ்ச் வரைக்கும் அடித்துப் போட்டவன். அதே நிலைக்கு மறுநாள் போலீஸ் ஸ்டேஷனில் அடி வாங்கினவன். காஷுவால்டியில் ரத்தம் உதிர்த்தவன். தன் பெற்ற தகப்பனை நட்ட நடுத் தெருவில் கெட்ட வார்த்தைகள் சொல்லி இன்பமாகத் திட்டியவன். காரணம் அதே தங்கை. அப்புறம் மொட்டை அடித்துக்கொண்டு ஆக்ராவைச் சேர்ந்த சாதுவின்பின் சென்று பாலகங்காதர திலகரின் கீத ரகஸ்யத்தை ஒரு வருஷம் புரியாமல் படித்தவன். திடீரென்று புரிந்தது போல் தெரிந்த தினம் சாது தந்த பச்சிலையில் சக்கரங்களாகக் கண்களின்முன் வர்ணங்கள் சுழன்றவன். பின் படித்தவன். எழுதியவன். ஒருவித கோர்வை இல்லாத ஆனால் எளிமையான ஹிந்தியில் எழுதி 'ஸரிகா'வில் அவன் எழுதியதை மொத்தமாக அச்சில் பார்த்தபோது நம்பாமல் சிரித்தவன். அந்தப் பெண்ணின் பெயர் தெரியாமல் அவள் பின்னே முகல்ஸராய் ஜங்ஷன்வரை துரத்தியவன். ரெக்ரூட்டிங் ஆபீஸில் சென்று அந்த இலைப் பச்சை உடை ஆசாமியைக் கெஞ்சியவன். மூத்திரத்தில் ஆல்புமென் இருந்தால் என்ன, ஆள் திடமாக இல்லையா, எங்கு வேண்டுமானால் செல்கிறேன்... தேச பக்தி மிகுந்து ஒரு வாரம் புழுங்கியவன். பின் அச்சாபீஸில் வேலை. சைக்கிள் கடையில் வேலை. பின்பு எம்ப்ளாய்மெண்ட எக்ஸ்சேஞ்சில் நீண்ட க்யூக்களில் நின்றவன். லாரி லைசென் ஸுக்குச் செலவு. அப்புறம் ஒரு மாதம் நைஜீரிய எம்பஸியில்

டிரைவர். என்னைவிடக் கருப்பானவர்களை என்னைவிடக் கருப்பான கப்பலில் அந்தக் கொடி பறக்க... ஏர்கண்டிஷனர். ரோலிங் ஸ்டோன்ஸின் சங்கீதம். அந்த நீக்ரோ பெண் எவ்வளவு மணந்தாள்! அப்புறம் ஏன் நாளையிலிருந்து நீ வேலைக்கு வரவேண்டாம் என்று சொல்லி, பணமும் ஒரே ஓர் இடத்தில் ஓட்டை விழுந்த மூன்று டெரிலின் சட்டைகளும் அவள் கொடுத்து, 'எங்கள் நாடே ரத்தம் சிந்துகிறது. அமைதியானதும் மறுபடி உன்னைக் கூப்பிடுகிறோம்.' அப்புறம் ஜியாலஜிகல் சர்வேயுடன் ஜீப்பில் சுற்றின மாதங்கள். காடு, மலை, அதன் பெயர் என்ன? ஸின்டிலா மீட்டர். அந்த இடத்தில் டெண்ட் அமைக்கலாம். ஏன்? பக்கத்தில், நிறைய ஓர் (ore) டெபாஸிட் இருக்கிறதா? இல்லை. வோர் (whore) டெபாஸிட். தினம் எழுந்ததும் அவனுடைய பிரார்த்தனை 'கிவ் அஸ் திஸ் டே அவர் டெய்லி ஷாட் ஆஃப் பெனிஸிலின்!' 'பாரத் சர்க்கார் உருப்படாததற்குக் காரணம் என் போன்ற ஆபீசர்கள்தான். சம் மோர் விஸ்கி யாஷ்!'

அப்புறம் ராஜேஷ், அப்புறம் விமலா விமலா விமலா! என்னை நேராக எப்படி இவளால் கேட்க முடிகிறது. எத்தனை தடவை நீ பெண்களுடன் படுக்கைக்குச் சென்றிருக்கிறாய்? என்னைப் பார்க்கிறாள் நேராக. அதே தொனியில் ஜே.டி. ஸாலிங்கரின் தி கேட்ச்சர் இன் தி ரையைப் பற்றி எவ்வளவு நுட்பமாகச் சொல்கிறாள்? விமலா. என்ன இயல்பான சினேகிதம். அவளைச் சூழ்ந்துள்ள சாதாரணத் தன்மையின் மூச்சுப் பிடிப்பிலிருந்து விடுபட அவள் தேடிக்கொண்ட சினேகிதன் யாஷ். அவன் அவளுக்கு இரண்டு காதுகள் சொன்னதைக் கேட்பதற்கு. இரண்டு உதடுகள் அவளுடன் அவள் லெவலில் பேசுவதற்கு. இரண்டு கைகள் அவள் விரும்பும் ஸ்தலத்தில் வரவேற்புக்கான கார்ப்பெட் விரிப்பதற்கு. இரண்டு கால்கள் சளைக்காமல் உடன் நடப்பதற்கு. அவ்வளவுதான். அவ்வளவுதானா?

விமலா விமலா! உன்னைப் பற்றி எந்தத் திசையில் நினைப்பது என்றே புரியாத ஒரு குழப்பமான சந்தோஷம் விமலா. என் சலிப்புக்கெல்லாம் களைப்புக்கெல்லாம் அர்த்தம் ஏற்படுத்தும் இவளைப் பற்றி 1000 வரிகளாவது எழுதவேண்டும் என்று ஒரு நோட் புத்தகம் வாங்கிவைத்திருந்தான். முதல் வரி அவன் மனத்தில் மிக உன்னதமாகக் கொப்பளித்துக்கொண்டிருந்த போது - யாஷ் தாக்கப்பட்டான்.

5

தாக்கினவர்கள் மூர்க்கர்கள். தாக்கின இடம், உதவி தென்படாத இடம். நேரம், உதவி லேசில் கிடைக்காத நேரம். தாக்கினவர்களை அடையாளத் துக்குப் பார்க்க முடியாத இருட்டில், மிக மௌன மாக நடந்தது. மிகவும் தேர்ந்த தாக்குதல். பின்னா லிருந்து ஒருவன் வளைத்துப் பிடித்துக் கொண்டான் திமிர முடியாதபடி! முன்னால் இரண்டு பேர்கள் செயல்பட்டார்கள். ஆயுதம் வைத்திருந்தார்கள். ஒருவன் சைக்கிள் செயினைக் கை முஷ்டியில் முறுக்கிக்கொண்டு அடித்தான். அந்தக் கோஷ்டி யில் அவன் ஒருத்தன்தான் படித்தவன். ஹேட்லி சேஸின் நாவல் ஒன்றில் ஒரு இளைஞன் அவ்வாறு செய்கிறான். அதைப் படித்தபின் ஒரு சைக்கிள் செயின் வாங்கிக் கொண்டவன், இன்று அதை உபயோகிப்பதில் சந்தோஷப்பட்டான்.

ரிட்ஜ் ரோடில் காதல் சல்லாபத்துக்காக வந்திருந்த ஓர் இளம் பெண்ணும் ஆணும், அடிபட்டுக் கிடந்த யாஷைப் பார்த்து சல்லாபத்தைத் துறந்து ரத்தக் கறை பெற்றுக்கொண்டு ஆஸ்பத்திரிக்கு விரட்டினார்கள்.

ஆஸ்பத்திரியில் ஒரு தடவைதான் மயக்கம் தெளிந்தான் யாஷ். அவன் பையில் டயரி அளவில் வளையம் வளையமாகப் பிளாஸ்டிக் கினால் தைக்கப்பட்ட நோட் புஸ்தகத்தில் முதல்

பக்கத்தில் முதல் வரியில் 'விமலா' என்று மட்டும் எழுதியிருக்க அவன் எழுத இருந்த கவிதை முழுவதும் துல்லியமான பாழாக இருந்தது. அதன் முதல் வரி அவன் மனத்தில் உறைந்திருந்தது.

ஐஸ் கட்டிக்குள் தங்க மீன் போல்.

போலீஸ்காரர்கள் அவன் யார் என்று தெரிய கொஞ்சம் சிரமப்பட்டார்கள். அவன் பையில் இருந்த காகிதங்களில் சில விலாசங்கள் இருந்தன. ஒன்று நைஜீரிய எம்பஸி. ஒன்று டில்லி பப்ளிக் லைப்ரரியின் விலாசம். ஒன்று அட்லஸ் இன்ஷ்யூரன்ஸ் கம்பெனியின் சக்ஸேனா.

அந்த சக்ஸேனா வரவழைக்கப்பட்டார். அந்த இரவு வந்தவர், 'இவனை எனக்குத் தெரியும். இவன் பெயர் யாஷ். இவன் விலாசம் என்னிடம்...'

யாஷ் முடிந்தான்.

காலை விமலா எப்போதும் போல் தலை வாரிக்கொண்டு டிரைவிங் பாடத்துக்காகக் காத்திருப்பதை ராஜேஷ் பார்த்தான். அவன் வரவில்லை என்று 7.30 வரை காத்துப் பார்த்துத் தெரிந்தது. 'அந்த டிரைவர் ஃபோன் பண்ணினானா ராஜேஷ்?' என்று கேட்டாள்.

'ஆம் இரண்டு நாளா, மூன்று நாளோ காஷுவல் லீவு வேண்டும் என்று கேட்டுக் கொண்டான். வெள்ளிக்கிழமை வந்து விடுவான். நான் கற்றுக்கொடுக்கவா?'

'வேண்டாம். அவன் வரட்டும்.'

'ஏன் நான்... வேண்டாமா?'

'டிரைவிங்குக்கு வேண்டாம்.'

'பின் எதற்கு வேண்டும்?'

'பர்ஸுக்கு.'

'அப்புறம்?'

'பர்ஸுக்கு.'

'அவ்வளவுதானா ஹனி?'

'எவ்வளவு தடவை சொல்லியிருக்கிறேன், என்னை ஹனி என்று கூப்பிடாதே என்று?'

'காதல் மிகுதியால்' என்று அவளைப் பின்புறம் வந்து இறுக்கினான். பொறுத்துக்கொண்டாள். 'அவன் அட்ரஸ் தெரியுமா?' என்று கேட்டாள்.

'பார்த்துச் சொல்கிறேன்' என்று போய்விட்டான்.

அவன் போனதும் அந்த அறையைத் துருவித் துருவிக் கலைத்து அந்த விலாசத்தைத் தேடினாள். கிட்டவில்லை. முட்டாள்! இந்த அறையில் எப்படி இருக்கும். சோப்ராவைக் கேட்டால் சொல்வான். சோப்ரா சந்தேகிக்க மாட்டானா? என்ன சந்தேகம்?

சோப்ரா விலாசம் தந்தான்.

காரில் புறப்பட்டவள் அந்த விலாசத்துக்கு உரிய ராஜேந்திர நகரின் பார்க்கைக் கடந்து, கார் சந்து முடுக்கில் அடைத்து நிற்க, எல்லோரும் அவளையே பார்க்க, சில சிறு பையன்கள் விழுந்து அடித்து ஓடிவந்து கூட்டமாக நிற்க, யாஷ் என்கிறவன் வீடு எது என்று கேட்க,

'எந்த யாஷ்?'

'டிரைவராக வேலை செய்கிறானே, படிக்கிறானே, சற்று உயரமாக நிறம் கம்மியாக.'

'யாஷ் கன்னா?'

'கன்னாவா அவன் பெயர்?'

'உங்களுக்குத் தெரியாதா?'

'என்ன?'

'முந்தா நாள் இரவு... அவன் வீட்டுக்கு வரவில்லை. அவன் அம்மா தேடிக்கொண்டு.'

'வேண்டாம் வேண்டாம்! எனக்குச் சொல்வதற்கு முன்னே தெரிந்து விட்டது. உங்களுக்குத் தெரியாதா என்று கேட்ட மாத்திரமே

தெரிந்துவிட்டது. என் மன மூளையில் இருட்டில் நடக்கக் கூடும் என்று பயந்தது நிகழ்ந்து விட்டது - வேண்டாம் சொல்லாதே...'

நான் உன்னை ஒன்றும் கேட்கவில்லை. நான் இங்கே வர வில்லை. இது இன்று இல்லை, நேற்று இல்லை. அதன் முன் தினம். அதன் முன் தினம். நானும் அவனும் பேசிக் கொண்டிருந்த காலை ஆம்... அதுதான் நடக்கிறது இப்போது.

திரும்பி வந்ததும் பென்சிலைச் சுவைத்துக்கொண்டிருந்த இன்ஸ்பெக்டரையும் எதிரே நின்றுகொண்டிருந்த கணவனையும் பார்த்தாள். 'விமலா டியர், எ டெர்ரிபிள் திங் ஹாஸ் ஹாப்பண்ட். நம் டிரைவர் யாஷ் இருந்தான் அல்லவா, அவனை யாரோ அடித்துப் போட்டு...'

'இன்ஸ்பெக்டர் எங்கே நடந்தது?'

இன்ஸ்பெக்டர் விமலாவைப் பார்த்துச் செயலிழந்து நின்றவர் கேள்வியில் திடுக்கிட்டார். 'என்ன சொன்னீர்கள்?'

'எங்கே நடந்தது?'

'ரிட்ஜ் ரோடில், சரியான அடி.'

'அவன் எப்படிப்பட்ட ஆசாமி மிஸ்டர் ராஜேஷ்?'

'கொஞ்சம் சண்டைக்காரன்.'

'நினைத்தேன்.'

'என்னைக் கேளுங்கள் இன்ஸ்பெக்டர். எனக்கு அவனை நன்றாகத் தெரியும். அவனைக் கொன்றவர்கள் யார் என்பதும் எனக்குத் தெரியும்' என்று ராஜேஷைப் பார்த்துக்கொண்டே சொன்னாள்.

இன்ஸ்பெக்டர் ராஜேஷைப் பார்த்தார். சற்றுமுன் இந்த வீட்டில் சாப்பிட்ட கோகோ கோலா விசுவாசம். 'விமலா' என்றான் ராஜேஷ்.

'எனக்குத் தெரியும். நான் சொல்லத்தான் போகிறேன்.'

'மிஸ்டர் பக்கா (இன்ஸ்பெக்டர் பெயர்) கொஞ்சம் தனியாக வாருங்கள்' என்று மானேஜர் சொல்லிக் கூப்பிட, தனியாகச்

சென்றவரிடம், 'அந்த அம்மாள் கொஞ்சம் ஒரு மாதிரி. இன்னும் கொஞ்சம் கேட்டால் நான்தான் அவனைக் கொன்றேன் என்று சொல்லிக்கொள்வாள்.'

ராஜேஷும் விமலாவும் ஒருவரை ஒருவர் பார்த்துக்கொண்டே நின்றார்கள்.

'இது விஷயம் பெரிய விஷயம். மெட்ரபாலிட்டன் கவுன்ஸில் வினோத் கன்னாவைத் தெரியுமா? ஜன்சங் அவர். அப்புறம் டெபுடி ஹோம் மினிஸ்டர்ஜியைத் தெரியுமா?'

'இந்த ஃபேமிலியைப் பற்றி எனக்குத் தெரியாதா. சோப்ராஜி? நான் கேஸ் ரிஜிஸ்டர் செய்திருக்கிறேன். சொந்தக்காரரை மாமூலாக விசாரணை செய்யவேண்டும்.'

'கேள்விகள் எல்லாம் என்னைக் கேளுங்கள். நான் பதில் சொல்கிறேன். உங்க எஸ்.பி. யார்? கோலிதானே?'

6

அந்தக் கேஸ் என்ன ஆயிற்று? முதலில் பதிவாயிற்றா என்பது சந்தேகம். இல்லை. பதிவாகியிருக்கும். பதிவானால் என்ன? பதிவான எல்லா கேஸ்களுமா தீர்க்கப்படுகின்றன? யாஷ் அடி பட்டதைப் பார்த்தவர்கள் யார்? ஒருவருமில்லை. அவனுக்கு விரோதிகள் யார்? ஒருத்தருமில்லை. எப்படி கேஸ் நிற்கும்! விமலாவுக்குத் தெரியும். அவளுக்குத் தெரியும் என்பது ராஜேஷுக்குத் தெரியும். அவனைப் பொருத்தவரை மனச்சாட்சி இதில் குறுக்கிடவில்லை. அது மனச்சாட்சியைவிட ஆதாரமான விஷயம். சொந்தப் பொருளை மற்றவன் அபகரிக்க முற்படும்போது ஏற்படும் கோபம். இது கற்காலத்துக் கோபம். அவனுக்கு அவள் சொந்தம்.

சொந்தம் என்றால் உறவு என்கிற அர்த்தத்தில் இல்லை. எனக்கு இதை எழுதும் பேனா சொந்தம். அதுபோல் ராஜேஷுக்கு விமலா. அவள் அவனுடைய கார்போல. சாக்லேட் பார் போல. படுக்கையில் அவளை அணைக்கிறபோது, ‘மை வெரி ஓன் ஸ்வீட் லிட்டில் எட்ஸெட்ரா’ என்று தானே அழைக்கிறான். எனக்கே எனக்கு. அவளது ஒவ்வொரு சதுர சென்டிமீட்டரும் எனக்கே. அவளது வளைவுகள் வாசனைகள் அவள் எச்சில் எல்லாம். இதை மற்றவன் அபகரிப்பதாவது - அபகரித்தால் நிகழ்வது அவன் துரதிர்ஷ்டம்.

ராஜேஷுக்கு அந்தச் செயலில் மனச்சாட்சி குறுக்கிடவில்லை.
காலை பொன்போல ரொட்டி சாப்பிடுகையில் அதன் கன்னத்தில்
வெள்ளிகொண்டு வெண்ணை தடவுகையில், அவன் உள்ளே
எந்தவிதக் குற்ற உணர்ச்சியும் இல்லை. அவள் உணர்ச்சிகளுக்கு
அவன் விஸ்தாரமாகக் கவலைப்பட்டது ஒரு போதும் இல்லை.

விமலா பாத்ரூமில் மௌனமாக அழுதாள். எவ்வளவு சுலபம் ஓர்
ஆளைத் தீர்ப்பது! எதனால்? பணத்தினால். கரன்ஸி நோட்டை
உதிர்த்தால் ரத்தம் உதிர்கிறது. அதன் கறையைத் துடைப்பதற்கு
மேலும் கரன்ஸி நோட்டு.

ஐ ப்ராமிஸ் டு கில் எனி ஒன்

ஃபார் தி ஸம் ஆஃப்

1

10

100

1000

இவனுக்கு நான் உடையவள். அடிமை. இவனைத் தவிர
மற்றவர் என்மேல் பார்வையைத் திருப்பக்கூடக் கூடாது. இவன்
என் எஜமானன். நான் காரின் பின் சீட்டின்மேல் ஆடும் பொம்மை.
அழகான பொம்மை. இவன் வாங்கின பொம்மை. ம்ஹூம்
இல்லை...

அன்று இரவு எட்டு அல்லது எட்டரை மணிக்கு 'ஹலோ
டார்லிங்' என்றாள் விமலா. ராஜேஷ் சற்று ஆச்சரியத்தில்
வீக்லியைத் தவற விட்டான்.

'என்ன செய்கிறாய்? வா.'

'எங்கே?'

'வா என் முட்டாள் கணவனே, லெட்ஸ் மேக் லவ்.'

பிரம்மாண்டமான படுக்கையைத் தட்டி உதறிப் போடச் சொன்
னாள். உதறி தலையணை உறைகளை மாற்றச் சொன்னாள்.
மாற்றி ஏர்கண்டிஷனரை சரியாக செட் பண்ணச் சொன்னாள்.

37

ரெகார்ட் ப்ளேயரில், 'திலங்'கும் பாலில் கற்கண்டும், 'இது நம் இரண்டாவது ஹனிமூன்.'

எல்லோரும் எப்படி வேண்டுமானாலும் போகட்டும். சீரியஸாக முன்னேற நினைக்கும் ஏழைகள் அடிபட்டுச் சாகட்டும். ஒவ்வொரு நாளும் ஒவ்வொரு விதத்தில் காதல் செய்வோம் நாம். காதலித்து மேலும் மேலும் பணக்காரர்களை உற்பத்தி செய்யலாம்; நாளைய தினத்து முட்டாள்களை. அவர்கள் எல்லோரும் இன்றைய தினம் நம் சங்கமத்துக்கு க்யூ வரிசையில் காத்திருக்கிறார்கள். எங்கே? நம்மைச் சுற்றியுள்ள காற்றில் பாஸ்பரஸாக இரும்பாக மாலிக்யூல்களாக, நம் ஆர்.என்.ஏ. டி.என்.ஏ.க்களின் நடனத்துக்குக் காத்திருக்கிறார்கள். எவ்வளவு பிரஜைகள் வர நாம் யாரை உருவாக்கலாம். ஒரு வக்கீலையா? சினிமா நடிகனையா? டென்னிஸ் ஆட்டக்காரனையா? உன் உடைகளை உதிர். என்னை மெதுவாகத் துகிலுறி. என் மார்பில் கை வை. எவ்வளவு படபடக்கிறது பார் இதயம். என்னை நீ ஆட்கொண்டவன். என் சொந்தக்காரன். என் உதட்டருகே வா என் கணவனே. உதட்டருகே வந்து மிக அருகே வந்து...

'தூ' என்று முகம் முழுவதும் துப்பினாள். பிரமித்து நின்றான்.

இதெல்லாம் விளையாட்டின் பகுதி இல்லையா? பயப்படாதே. வா. நான் சிறிது ரத்தத்தைச் சமாளிக்கும்போது நீ என் உதட்டின் ஈரத்தை விரும்ப மாட்டாயா? வா என் அருமைக் கணவனே. எதிர்காலத்துக்கு நாம் செய்யும் கடமை...

'விமலா ஆர் யூ ஆல்ரைட்?'

'ஏன், விருப்பமில்லையா? இந்த நூற்றாண்டின் தர்மம் செய்தித் தாள் படிப்பதும் ஃபார்னிகேஷனும்தான், வாடா!'

'நீ கொஞ்சம் மனசு கலைந்திருக்கிறாய் என்று எண்ணுகிறேன்.'

'உடைதான் கலைந்திருக்கிறேன். ஏன்?'

'நீ பேசுவது சரியாக இல்லை.'

'எப்படிப் பேச வேண்டும்? இந்தி சினிமா போலவா?'

'சம் அதர் டைம் பேபி!'

அவன் கை நடுங்கியது.

‘வாட்ஸ் த மாட்டர்? உன்னால் முடியாதா?’

‘விமலா, நான் உன்னை அடிப்பேன்.’

‘நான் அதை வரவேற்பேன்.’

‘என் கோபத்தைக் கிளப்புகிறாய்.’

‘எனக்குக் கோபம் பிடிக்கும்.’

‘என்ன வேண்டும் உனக்கு?’

‘நீதான் நீதான். சாஸ்திரப்படி அக்னி வலம் வந்து மணந்த என் பதி! ப்ராண பதி! லட்சாதிபதி! நீ, நீ வந்து என்னை...’

‘எந்த வார்த்தைகளை உபயோகிப்பது என்று தெரியவில்லை உனக்கு.’

‘இது படுக்கை அறை ராஜேஷ்!’

‘என்னை வேண்டுமென்றே டீஸ் பண்ணுகிறாய். என்னை உனக்குத் தெரியாது! ஆல் ரைட்! நீ கேட்டாய்! பொறு’ என்று விளக்கையும் அவளையும் மூர்க்கமாக அணைத்தான்.

விமலா சிரித்து ‘ம்ஹூம் போதாது’ என்றாள்.

கென்னடி! ஆம் அவர்தான். அதே கலைந்த தலை. அதே சிரிப்பு. அதே குரல்.

‘உங்களை மிக அநியாயமாகக் கொன்றுவிட்டான்’ என்கிறாள்.

என்னைப் பார் எவ்வளவு திடமாக இருக்கிறேன்? எவ்வளவு பரிமாணமாக இருக்கிறேன். நானா செத்துப் போனேன்?

‘பின் டல்லாஸில் வெடித்த துப்பாக்கி?’

கென்னடி தன் கோட்டைக் கழற்றுகிறார். திரும்புகிறார்.

‘ப்ளீஸ் வேண்டாம் வேண்டாம்... நீங்கள் சாகவில்லை.’

கென்னடி அவள் சொன்னதைக் கவனிப்பதாக இல்லை. டையை லூஸாக்கி காலர் பட்டனைக் கழற்றி, ‘முதல் குண்டு இந்த இடத்தில் பாய்ந்து ஒரு கோணத்தில் உள்ளே சென்று ரத்த மலராக மலர்ந்தது...’

'ரத்த மலர்.

ரத்த மலர். அவளைச் சுற்றிலும் ரத்த மலர்கள். வேண்டாம் ப்ளீஸ்... வேண்டாம்! வேண்டாம்! எழுந்து விட்டாள். பக்கத்தில் ராஜேஷின் குறட்டை கேட்டது.

விமலா இரவின் மிச்சத்தை இருட்டில் வெற்றுப் பார்வை பார்த்துக்கொண்டு கழித்தாள். விடியும்வரை அவளால் துல்லிய மாக யோசிக்க முடிந்தது. பக்கத்தில் தூங்கிக் கொண்டிருந்த கணவனைப் பார்த்தாள். இப்போதே இங்கேயே இவன் எழுந் திருப்பதற்குள் இவன் கழுத்தை நெரிக்கலாம் என்று தீர்மானித் தாள். உடனே நிராகரித்தாள்.

மெதுவாக எழுந்தாள். சப்தமில்லாமல் அலமாரியைத் திறந்து சில கரன்ஸி நோட்டுக்களை மார்பில் மறைத்துக்கொண்டாள். தலையைச் சரி செய்துகொண்டாள். மற்றவர்கள் தூக்கத்தின் மத்தியில் வீட்டை விட்டு வெளியே வந்தாள். வெளிவந்து டாக்ஸி ஸ்டாண்டுக்கு நடந்தாள்.

> 'அன்புள்ள விமலா,
>
> அம்மா கவலைக்கிடம், உடனே வா.'

என்று அவள் போட்டோவின் கீழ் பிரசுரித்து மறு நாளைக்கு மறுநாள் ஹிந்துஸ்தான் டைம்ஸில் விளம்பரம் வந்தது. அவளைப் பற்றி விவரங்கள் சில தந்து அவளைப் பற்றித் தகவல் தெரிவிப்பவர்கள் தக்கபடி சன்மானம் அளிக்கப்படுவார்கள் என்று சொல்லியது அந்த விளம்பரம்.

அந்த ஃபோட்டோ அவளுக்கு நியாயம் தரவில்லை.

போட்டோவில் நடுக்கம் இருந்தது (ராஜேஷின் நடுக்கம்). அவள் அபரிமிதமான கூந்தலைப் பற்றி அந்தப் போட்டோ ஒரு வார்த்தை பேசவில்லை. அவள் உயரம், அவள் வளைவுகள், அவள் கண்களின் உயிர், சலனம், புதுமை மயக்கம் இவை எல்லாம்? ம்ஹூம்! அந்த போட்டோவில் அவள் (எதிரே ராஜேஷ் இருந்ததால்) சிரிக்கவில்லை. அவளைச் சுற்றி அவன் பிரசன்னத்தில் இருந்த சந்தோஷம் அந்த போட்டோவில் இல்லை. அவள் அபாரமான புத்திசாலித்தனத்தைப் பற்றி அந்த போட்டோ மௌனமாக இருந்தது.

ஆனந்த் நகர் போலீஸ் நிலையத்தில் இருந்த அதே பஞ்சாபி இன்ஸ்பெக்டர் இந்த மிஸ்ஸிங் கேஸையும் பதிவு செய்தான் (நம்பர் 236). 'மர்மமான சூழ்நிலையில் இளம் பெண் காணவில்லை' என்று.

நிருபர் சரடு விட, மூன்று பத்திரிகைகளில் இருந்து அவனுக்கு போன் வந்தது.

அவள் விவரங்களை சுற்றுப்புற மாநிலங்களுக்கு வயர்லஸில் தெரிவித்தாகி விட்டது. 'ஐந்தடி நாலு அங்குலம் - திடமான உடம்பு - சிவப்பான நிறம் - கருநீலத்தில் ஸாரியும் செங்கல் வர்ணத்தில் சோளியும் -சென்ற ஏதோ கிழமையிலிருந்து காணவில்லை...'

கேஸை முடிப்பதற்குமுன் அந்த வீட்டுக்குப் போய்ப் பார்க்கலாம் என்று விமலா காணாமல் போன மூன்றாவது தினம் அந்த வீட்டுக்குச் சென்று - கதவைத் திறந்த ராஜேஷின் தங்கை ஆச்சரியப்பட்டாள். அவன் போலீஸ் உடையில் இல்லை. அவள் போதுமான உடையில் இல்லை.

'நான் போலீஸ்.'

'ஓ ஹலோ... ராஜேஷ்' என்று உள்ளே போனாள். வந்த ராஜேஷ் வணங்கினான். இத்தனை தினங்கள் ஆகியும் ஒரு விவரமும் தெரியாதது பற்றி வருத்தப்பட்டான். அவனுடைய தவிப்பு களையும் அலைச்சல்களையும் மூன்று நாள் தாடியில் சொன்னான். 'எனக்குப் புரியவில்லை. அவளுக்குப் போவதற்கு இடம் இல்லை. போவதற்குக் காரணம் இல்லை. ரொம்ப அப்ரப்டான நடத்தை...'

இன்ஸ்பெக்டருக்கு இரண்டும் இரண்டும் சேர்ந்து நாலாவது புரியவில்லை. புரிய மறுத்தானா தெரியாது. இதை தனி கேஸாகத்தான் மதித்தான். சில தினங்களுக்கு முன் இதே வீட்டில் ஒரு டிரைவர் அடிபட்டதை விசாரித்தோமே...

'உங்கள் மனைவி எப்படிப்பட்டவர்?'

'எப்படிப்பட்டவள் என்றால்?'

'ஸென்ஸிடிவ்? நெர்வஸ்?'

41

‘ம்ஹூம். மிகவும் சாந்தமானவள். நிறையப் படித்தவள். புத்திசாலி.’

‘அப்படியா? மேலும்?’

‘நாங்கள் சந்தோஷமாக இருந்தோம். எங்களிடம் எதுவும் சண்டை ஏற்படவில்லை.’

‘பணம் ஏதாவது குறைந்ததா?’

‘நான் கவனிக்கவில்லை.’

‘துணிமணிகள் ஏதாவது கலைந்திருக்கிறதா? அவர் ஏதாவது எடுத்துச் சென்றிருக்கிறாரா என்று தெரியவேண்டும்.’

‘வித்யா’ என்று தன் தங்கையைக் கூப்பிட்டான். வித்யா அப்போது முழுவதும் உடுத்தியிருந்தாள். வித்யாவைக் கேட்டான். அவள் சொன்னாள். இன்ஸ்பெக்டர் சிரித்தான். இன்ஸ்பெக்டருக்கும் வித்யாவுக்கும் ஒருவித சிநேகம் ஏற்பட்டு அது சென்ற திசை நம் கதைக்குத் தேவையில்லை.

ஆனால், அந்த வீட்டை விட்டு வெளியே வரும்போது அந்த மணமாகாத இன்ஸ்பெக்டர் மூக்கு நுனி, காது நுனி எல்லாம் சிவந்திருந்தது. காரணம்? காதல்.

7

கோதுமை வயல்களின் நடுவில் அந்த ரயில் சென்றது. அதன் எட்டுப் பெட்டிகளில் ஒரு பெட்டியில் ஒருத்தி விமலா. பெண்கள் பெட்டி. அவள் சென்றுகொண்டிருந்தது அமிர்தசரஸுக்கு அருகில் இருந்த 'மஜிதா' என்கிற கிராமத்துக்கு. அந்தக் கிராமத்தில் குரு இருக்கிறார். குரு நல்லவர். குருவிடம் உபதேசம் கிடைக்கும். குரு மிக நல்லவர். குருவிடம் நிம்மதி கிடைக்கும்.

நிம்மதி என்ன என்று அவளைக் கேட்டால் அவளுக்குச் சொல்லத் தெரிந்திருக்காது. இருந்தாலும் தற்போது அவள் மனத்தில் இருப்பது நிச்சயம் நிம்மதி இல்லை. ஒருவித ஆதங்கம்.

மிகக் காலையில் பசுமைப் புரட்சியில் அந்த கோதுமைக் கதிர்கள் ஆடின. தூரத்தில் சர்தார் என்னவோ சிங் டிராக்டர் ஓட்டிக்கொண்டிருந்தான். நவ இந்தியா, டிரான்ஸிஸ்டர் - விவித பாரதி - சூப்பர் பாஸ்பேட் - உயரத்தில் ஜெட் ஒலி யாவும் கிராமத்தில் ஊடுருவின புரட்சி. *6961 6961 6961* என்று அவள் மனத்தில் திரும்பத் திரும்பச் சொல்லிக்கொண்டாள்.

என்னை மாற்றிய 6961.

குரு! எப்போது அவரைக் கடைசியாகப் பார்த்தேன்? எனக்கு 12 வயது இருக்கும்போது

அப்பாவுடன் அம்மாவுடன் வந்திருந்த போது. குரு பாடினார். பேசினார். என்ன குரல்! என்ன சம்ஸ்கிருதம்! எனக்குப் புரியாத பேச்சு. இருந்தாலும் என்னைக் கவர்ந்த பேச்சு. அவ்வளவு ஆழமான குரலில் சொல்லப்படும் அந்தச் செய்தி, விஷயம் முக்கியமானதாகத்தான் இருக்க வேண்டும். அதற்கு அர்த்தம் வேண்டாம். நாதம் போதும். குரு பாடினார். ஆர்மோனியத்தின் கட்டைகள் அவர் பாட்டை நிழல் போலத் தொடர அரிக்கேன் விளக்கில், சலங்கை சப்தம், டோலக். அப்புறம் அந்தக் குரல். அந்தப் பாட்டு இரவெல்லாம் கிருஷ்ணன். அவன் கரிய நிறம். அவன் முத்தமிட்ட கோபியர்கள். அவன் முக்தி தந்த பக்தர்கள். அப்புறம் அந்த ஒற்றை நரம்பு வாத்தியத்தின் தந்தனா.

அப்புறம் லட்சாதிபதியான அப்பா. செங்கல் வைத்து 'தவா'வைச் சூடாக்கிச் சுட்ட ரொட்டி. நான் தயாரித்த ஃபூல் கோபி, சப்ஜி, நல்ல உயரமான கிளாஸில் மோர். அப்புறம் கிராமத்தில் நடை வயல் களின் சிறிய இடைவெளிகளில். எவ்வளவு நிலா வெளிச்சத்தில்.

கொசுக்கள் ரீங்கரிக்க புரண்டு புரண்டு புரண்டு வெளியே படுத்திருந்தது. அப்புறம் போனால் போகிறது பிழைத்துப் போ என்று கடைசியில் வந்து அணைத்து முத்தமிட்ட காற்றும்... காலை கண்ணைத் திறந்தால் சூரிய மஞ்சள், மாட்டின் வாசனை, அப்புறம் நாலு சதுரமாக அம்மா புடைவையைக் கட்டி, உள்ளே ஒரு பக்கெட்டில் குளிக்கும் வெட்கம்... மறுபடி பஜனை, மறுபடி பாட்டு, பாட்டு, பாட்டு. கழுத்தில் மாலை போட்டுக்கொண்டு குரு குதித்துப் பக்தி பிரவாகத்தில்.

'குழந்தாய், கடவுள் எங்கே இருக்கிறார் தெரியுமா? வா என்னுடன் நான் காட்டுகிறேன்' என்று காட்டுக்குள் அழைத்துச் சென்று 'நில் மெதுவாக நட. கவனி. கேட்கிறதா? ஷ்ஷ்ஷ்...'

ஆம் தூரத்தில்!

என்ன?

தூரத்தில் வெகு தூரத்தில் குழல் ஒலி.

ஊதுவது யார் தெரியுமா? கிருஷ்ணன். உனக்காக இன்று ஸ்பெஷலாக வந்திருக்கிறார். கன்னையா மயிலிறகு கட்டி மாலை போட்டுக்கொண்டு சலங்கை கட்டிக்கொண்டு சிரித்துக் கொண்டு அந்தப் புல்லாங்குழலில் அவர் ஊதுவது போல அந்தத்

துளைகளில் மெதுவாக கலர் கலராகக் காற்றடிக்கும். அவர் தொப்புளில் நட்சத்திரம், உதட்டோரத்தில் ஒரு நட்சத்திரம், கண்களில், பற்களில் எல்லாம் நட்சத்திரம் தெரியும்.

எவ்வளவு பின்னுவார்! ஆனால் அந்த ஒற்றைக் குழல் கேட்டது என்னவோ நிஜம்.

குரு! அவரிடத்தில்தான் எனக்கு நிம்மதி. அவரிடம் எல்லாம் சொல்லிவிடப் போகிறேன்.

ஸ்வாமிஜி, நான் தப்புக் காரியம் செய்துவிட்டேன்.

மணம் செய்துகொண்டு விட்டேன். மனம் அலைகிறது. என்னால் ரத்தம் சிந்தியது. ஒரு மூச்சு நின்றது. ஒரு வருங்காலம் அணைந் தது. என் தலைவன் விழுந்தான். நான் வேளைக்கு சாப்பிட்டுக் கொண்டு சும்மா இருக்கிறேன்.

குரு நினைத்தால் யாஷை திரும்பப் பிழைக்க வைத்து விடுவார். இதில் விமலாவுக்குச் சிறிதும் சந்தேகம் இருக்கவில்லை.

குரு!

கிராமத்து நாய்கள் நிறம் மாறி இருந்தன. எத்தனை நாட்கள்? இவை வேறு ஜெனரேஷன் நாய்கள்.

மாடுகளைச் சினைப்படுத்தும் நிலையங்கள். குடும்பக் கட்டுப்பாடு விளம்பரங்கள், சைக்கிள்கள், ஆம். நான் இங்கு அன்னியள், என் போல் இங்கே ஒருவரும் இல்லை. டில்லியை விட இங்கே அதிகம் கூடுகிறார்கள். ஒரு சிறிய 'ஆ' பட்டாளம் அவளைப் பின்தொடர்ந் தது. குருவின் வீடு ஸ்டேஷனிலிருந்து இறங்கி நேரே பாதையில் சென்று அனுமான்ஜி கோயிலைத் தாண்டி மூன்றாவது வீடு...

அந்தக் கதவைத் திறந்தாள். ஆச்சரியப்பட்டாள். குரு இல்லை அது. அவன் குருவின் பையனாக இருக்கலாம்.

'உங்களுக்கு?'

'குருஜி வேண்டும்.'

'வாருங்கள்' என்றான் சந்தேகப் பார்வையுடன்.

இரண்டு இருமல்கள் கேட்டன. ஒரு கிணற்று ராட்டின சப்தம்.

ஒரு பசு பெருமூச்சு விட்டு உறுமியது.

குரு வந்தார். குரு மாறி இருந்தார். எட்டு ஒன்பது வருஷத்தில் அவர் உயரம் குறைந்து பாதி ஆகி விட்டாற்போல...

'வா பெண்ணே!'

குரல் மாறவில்லை. நல்ல வேளை.

'நீ யார்?'

'குருஜி, நான் ஒன்பது வருஷங்களுக்கு முன் இங்கு என் பெற்றோர் களுடன் வந்திருக்கிறேன். என்னிடம் நிறையப் பணம் இருக்கிறது'

கடைசி வார்த்தைகளை வாபஸ் பெற விரும்பினாள்.

குரு கேட்டார்: 'உன் பெயர் என்ன?'

'விமலா ஸானி.'

'ஸானி யார், உன் அப்பா?'

'இல்லை. என் புருஷன்.'

'கல்யாணம் நடந்துவிட்டதா? அவரும் வந்திருக்கிறாரா?'

'ஆம். இல்லை.'

மற்றவர்கள் ஒருவரை ஒருவர் பார்த்துக்கொண்டார்கள். மற்றவர் கள் மேற்படி சம்பாஷணையின்போது அங்கு வந்தவர்கள். ஒரு இளம் பெண்ணும் அவள் தாயும். குருஜி அவளையே பார்த்துக் கொண்டு கேட்டார்.

'உன் அப்பா பெயர் என்ன?'

'மல்லிக்.'

'அருண் மல்லிக்?'

'ஆம்.'

'அருண் மல்லிக்கின் பெண்ணா நீ!'

'ஆம்!'

அவர் சிரித்தார். 'எனக்கு ஞாபகம் இருக்கிறது. நீ முன்பு வந்திருக்கிறாய் இங்கே. என்ன வேண்டும் பெண்ணே உனக்கு? ஏன் உன் கணவனுடன் வரவில்லை? நீ சீதை போல அழகாக இருக்கிறாய். சீதை போல சோகமாக இருக்கிறாய்.'

'மஹாராஜ் என்னைக் காப்பாற்றுங்கள். என்னைச் சேர்த்துக் கொள்ளுங்கள். எனக்கு ஆதரவு தாருங்கள். என் மனசில் இனம் தெரியாத சோகம் இருக்கிறது. நான் அப்படிச் சோகப்படுவதன் காரணத்தைப் பற்றிக் கவலை இல்லை. என்னால் என் கடமையைச் செய்ய முடியாது. என்னுள் சோகமா பயமா தெரியவில்லை, பயம்தான். ஆம் பயம்தான்! பயம்தான்...'

'சாப்பிட்டாயா?'

'சாப்பிடுகிறேன்' என்றாள்.

'அப்புறம் பேசலாம் போ. முதலில் சென்று குளி. முன்னி, இவளுக்கு ஏதாவது வேலை கொடு. இவளைக் கேள்வி கேட்காதே. குளிக்க வை. ரொட்டி சுட்டுத் தா. அப்புறம் சுத்தமான உடை தா... போ பெண்ணே, அப்புறம் பேசலாம். பேச்சு அதிகம் கூடாது. பேச்சு என் கன்னையாவைப் பற்றி இருக்க வேண்டும். 'போலோ ராமச்சந்திர மஹராஜ் கி!'

'ஜெய் ஹோ' என்று எல்லோரும் கத்தினார்கள்.

அந்தக் கன்று தாயின் பின்னங்கால்களை உயரத் தூக்கும் அளவுக்கு முட்டிப் பால் குடித்தது.

விமலாவுக்கு முதன்முதல் சற்று அந்தக் கனம் குறைந்தது.

குருஜி அவளை அனுப்பிவிட்டு உடை மாற்றிக்கொண்டார். தன் பேனாவையும் சிறிது பணத்தையும் எடுத்துக்கொண்டு பின் பக்கமாக வெளியே அசிங்கமான இடங்களைத் தாண்டிக் கொண்டு சுற்றிவந்து, 'குருஜீ, சோக்ரி யார்?' என்ற கேள்விகளைப் பொருட்படுத்தாமல் தபாலாபீஸுக்கு வந்து 'போஸ்ட் மாஸ்டர் ஜி, டில்லிக்கு ஒரு தந்தி அனுப்ப வேண்டும்' என்றார்.

விமலா முதல் தடவை அவனை மறந்திருந்தாள். சுத்தமாகக் குளித்திருந்தாள். அகர்பத்தியின் வாசனை பிடித்திருந்தது. புஷ்பங்களின் வாடல் வாசனை மஞ்சள் எல்லாம் பிடித்திருந்தது.

அந்த அம்மாள் அவளை ஏதும் கேட்கவில்லை. அவளுக்குத் தேவையானதைச் செய்தாள்.

அந்தப் பெண் அவளை ஏற்றுக்கொண்டுவிட்டாள். அவளும் அவளை ஏதும் கேட்கவில்லை.

படிப்பதற்குப் பெரிய பெரிய எழுத்தில் பதிப்பித்த துளசிதாஸ் வசனத்தில் இருந்தது. அப்புறம் எத்தனை எத்தனை பழைய புத்தகங்கள். ரேடியோ இல்லை. எலக்ட்ரிக் விளக்கு இல்லை.

எளிமை இருந்தது. சுத்தம் இருந்தது. பின்பக்கக் கதவைத் திறந்தால் வயல். கண்ணுக்கெட்டியவரை வயல்.

அதன் அப்புறமும் பசுமை, ரயில் பாதை.

'யாஷ்!' என்று உரக்கக் கூப்பிட்டாள். கூப்பிட்டு அவனை நினைத்துப் பார்த்தாள். அவன் இறந்துபோனது அவ்வளவு பெரிய அதிர்ச்சியாக அவளுக்கு அப்போது படவில்லை. இறந்து போனதில் வெட்கம் கலந்த சந்தோஷம்கூட ஒன்று இருந்தது.

ஏன்? அவனை நினைத்ததனால்தான் என் கணவனை தைரிய மாகப் பிரிந்து இங்கு வந்தேன்! ஒரு வருஷம் கிடைக்காத நிம்மதி இந்தப் பச்சை வெள்ளத்தில் எனக்குக் கிடைத்திருக்கிறது. எட்டு மணிக்கு நான் மிக வருத்தமாக இருந்தேன். இப்போது மிக சந்தோஷமாக இருக்கிறேன். இரண்டுமே ஆதாரமாக ஒரே உணர்ச்சி போல எனக்குப் படுகிறது.

என் மனத்தில் இவற்றுக்கெல்லாம் ஏனோ எதற்குமே முக்கியம் அதிகமில்லை என்றுதான் படுகிறது. முக்கியம் உள்ளது ஏதாவது இருக்கிறதா என்ன?

இருக்கிறது. முக்கியம் இந்தக் காற்றில் ஆடும் பச்சை வெல் வெட்டின் அழகு. மேலே மிதக்கும் மேகங்களின் பஞ்சத்தனம்...

'அக்கா, உங்களைப் பார்க்க யாரோ வந்திருக்கிறார்கள்.'

மிக வேகமான கார்ப் பயணப் புழுதியுடன் நின்று கொண்டு இருந்தது...

ராஜேஷ்தான்

[8]

வேகம்!

அவர்கள் இருவரும் காரில் திரும்பிச் சென்று கொண்டிருந்தார்கள். இரவு. ஹெட்லைட் வெளிச் சத்தில் எதிரே மரங்கள் அவசரம் மிகுந்த அசுரர் களாக அவர்களைத் தாக்கத் தாக்க வந்து விலகிக் கொண்டிருக்க விமலா அந்தச் செப்டம்பர் ஆயிரத்து தொளாயிரத்து அறுபத்தி ஒன்றாம் தினத்தை நினைத்தாள்.

6-9-61.

அது அவள் மனத்தில் பதிந்த சுவடு. தழும்பு. ஆம் தழும்புதான். எத்தனை விதங்களில் மறக்க முயன்றும் அந்த இரவு அழியவில்லை.

கோலாகலம்.

நாடகங்கள்.

பந்தல்கள்.

தோரணங்கள்.

கலர் காகிதங்கள்.

மந்திரிகள்.

அறிவுரைகள்... எதிர்காலச் சிற்பிகள்... ஹார்மோனிக்கா பாங்கோ தாளங்கள்... அங்கங்கே சிறிய கும்பலாகப் பாட்டுகள்... நடனங்கள்...

'நம் இந்தியாவின் எந்த மூலையிலிருந்து வந்து நீ இவ்வளவு அருமையாகத் தம்புரா வாசிக்கிறாய்?'

யுவ விழா.

நான் விமலா. வயது பதினான்கு! அவள் பெயர் என்ன? மறந்து விட்டேனே. அதிகம் சிநேகமில்லை.

நானும் அவளும் தனியாகத் திரும்பிக்கொண்டிருக்கிறோம். எதிரே நான்கு யுவர்கள். 'வருங்காலத்தைச் சமைக்கப் போகிற சுதந்தரச் சிற்பிகள்', அப்படித்தானே மந்திரி சொன்னார்! பொறுக்கிகள். எங்களை அணுகுகிறார்கள். தனியான சாலை. சாலையின் எதிர்ப்புறம் நடந்து சென்றவர்கள் குறுக்கே கடந்து இந்தப் பக்கம் வந்தார்கள். நாங்கள் இதைக் கவனிக்காதவர்கள் போல பேச்சை நிறுத்தாமல் சென்றுகொண்டிருக்கிறோம். எங்கள் உடம்பில் பிரவாகமாகப் பாய்ந்த பயத்தின் வாசனை ஒரு ஃபர்லாங் வரை பரவியிருக்கும்.

'எங்கே போகிறீர்கள் குழந்தைகளே?'

நாங்கள் ஓடினோம்.

அவர்கள் பிடித்தார்கள்.

அவள் என்ன ஆனாள்?

என் மேல் கைகள். கைகள். கைகள். விரல்கள். என்னைக் கிள்ளிய விரல்கள். தடவிய விரல்கள். கிழித்த விரல்கள்.

திட்டுத் திட்டாக என் உடைகள் கிழிந்தன. என் உதட்டு ரத்தம் புளித்தது. விவரம் தெரியாத என்னைப் பிரவேசிக்க எத்தனை முயன்றார்கள். என்னைச் சின்னாபின்னப்படுத்தினார்கள். அவர்கள் யார்? முகம் கூடத் தெரியாது.

கைகள் - எவ்வளவு கைகள்! இந்த உலகமே என் மேல் படர விரும்பும் கைகளாக, காண்கிற காட்சிகள் யாவும் கைகளாகப் பரிணமிக்க...

எவ்வளவு உரக்கச் சப்தமிட்டோம்? எவ்வளவு நேரம் கழிந்தது? கார் வந்த சப்தம் கேட்டதும், அவர்கள் ஓடினதும் விழாவுக்குள் கரைந்ததும் தூரத்தில் இன்னும் ஒலிபெருக்கி எதிரொலித்துக் கொண்டிருந்தது. 'நம் மாணவர்கள் நம் கண்ணின் நட்சத் திரங்கள்போல். இவர்கள் கண்களில் தெரிவது எதிர்கால இந்தியா. இவர்கள் கைகளில் அமைவது எதிர்கால இந்தியா...'

'கைகள்!

6-9-61.

6 9 61.

விழாவில் அத்தனை பெண்கள் இருந்தார்களே. எனக்குத்தான் இது நடக்க வேண்டுமா? எல்லோரையும் போல இயல்பாகக் காட்டு மலர் போல என் செக்ஸ் ஞானம் மலர்வதற்குப் பதிலாக... நான் ஏன் இப்படி இதழ் இதழாக உதிர்க்கப்பட்டேன்? இப்படித்தான் நான் கற்க வேண்டுமா? எல்லாப் பெண்களையும் போல 'நீ உனதைக் காட்டு. நான் எனதைக் காட்டுகிறேன்' என்று தொடங்கக் கூடாதா? இல்லையா? ஏன் நான் பதினான்கு வயதிலேயே தாக்கப்பட்டேன்? ஏன் பகவானே! எல்லா விதத்திலும் நான் வித்தியாசமாகப் படைக்கப்பட்டு விட்டேன்.

அப்புறம் 18 வயதில்.

அப்புறம் சென்ற ஏப்ரலில்.

இப்போதும் கனவில் அந்தக் கைகள் வரும். சில சமயம் சிறிய குழந்தையின் பட்டுக் கையாக, மெத்தென்று விரல்களுடன் மிருதுவான கைகளாக. சில சமயம் எலும்பு முடிச்சு முடிச்சாக, நரம்பு தெரிக்க, ரேகைப் பாளங்கள் நிறைந்த கைகளாக.

என்னை அழிக்க, என்னைச் சுவைக்க மேலும் கைகள். என்னை அணைக்க, எத்தனை கைகள்?

என்னை ஆதரிக்க எத்தனை கைகள்? ஒரு தடவை கூட்டமான பஸ்ஸில் செல்லும்போது, நெருக்கமாக நிற்கும்போது, நிமிர்ந்த போது, இரண்டு பக்கமும் இரும்புத் தண்டுகளையும் தோள் பட்டைகளையும் பிடித்துக்கொண்டு எத்தனை கைகள்...

சுவாமியின் கையில் ஓம் என்று எழுதி இருக்கிறது. ஓம் என்று எழுதின கை தந்தி பாரத்தை நிரப்புகிறது. என்னைத் துரோகம்

51

பண்ணின கைகள்? எத்தனை! எல்லாம் என்மேல் விளையாட அவசரம் மிகுந்த கைகள். எல்லாருக்கும் அவசரம்.

அவசரம் என்னைக் கலைப்பதற்கு.

அவசரம் என்னை மணப்பதற்கு.

அவசரம் என் ஒரே காதலைக் கொல்வதற்கு.

எவ்வளவு அவசரமாக டில்லி நோக்கி ஓடுகிறது இந்தக் கார்! எதற்கு… ஷெட்டில் நிறுத்தின உடன், முகம் கழுவிய உடன், உணவு அருந்திய உடன், உடனே கால விரயம் இல்லாமல் படுக்கை நோக்கிச் செல்வதற்கு.

இந்த உலகமே என்னைப் படுக்கைக்கு அழைக்கிறதே!

அந்தக் கிராமத்திலிருந்து புறப்பட்டதிலிருந்து அவர்கள் இரு வரும் பேசிக்கொள்ளவில்லை. இப்போது முதல் தடவையாகப் பேசினாள்.

'ராஜேஷ்.'

'எஸ் டியர்!'

'நீ ஏன் யாஷைக் கொன்றாய்?'

அவன் சற்றுத் தாமதித்துச் சொன்னான்.

'அவனை நான் கொல்லவில்லை. அவனை ஒருத்…'

'உன் வாழ்க்கையில் ஒரே தடவை ஒரே ஒரு தடவை நிஜம் சொல்லேன். இது காந்தி நூற்றாண்டு வருஷம். கிழவனார்க்கு மரியாதை செலுத்துகிறவகையில் ஒரு தடவை நிஜம் சொல். ஏன் கொன்றாய்?'

'நான் நிஜம்தான் சொல்கிறேன், ஹனி!'

'நீ உண்மை சொன்னால் என்ன, சொல்லாவிட்டால் என்ன? நான் சொல்வதைக் கேட்டாக வேண்டும் நீ. ராஜேஷ் - என் மகத்தான கணவனே - முட்டாளே - கிராதகனே - அவன் என்னைத் தொட வில்லை தெரியுமா? தொடவே இல்லை. அந்த மரணத்துக்கு, சாவுக்கு உரித்தான பாபத்தை நினைத்துக்கூடப் பார்க்காதவன். அவன் முன்னுக்கு வர முயன்றவன். உழைப்பு என்கிறது

உனக்குக் கெட்ட வார்த்தையாகப் படுகிறதே - நீ எப்போதாவது உழைத்திருக்கிறாயா? கட்டிலில் எடுக்கும் தண்டாலைத் தவிர. அவன்... அவன்... பேப்பர் விற்றிருக்கிறான். தெருப் பொறுக்கி இருக்கிறான். டீக்கடை லாலாவுக்கு உடம்பு பிடித்துவிட்டிருக் கிறான். செருப்பு தைத்திருக்கிறான். ஊர் ஊராக அலைந்திருக் கிறான். தன் தங்கையை அவமதித்தவனை உருத் தெரியாமல் அடித்திருக்கிறான்... கார்ப்பரேஷன் முனிசிபாலிட்டி சாக் கடைப் பள்ளிக்கூடங்களில் படித்து, உழைத்து மெதுவாகப் பட்டம் பெற நினைத்தவன்... அவன் ஓர் உண்மையான பிரஜை. ஒரு கவிஞன். அவனைக் கொன்றுவிட்டதில் உனக்கு ஏன் கொஞ்சம்கூடப் பாவ உணர்ச்சி இல்லை?'

'அவனை நான் கொல்லவில்லை.'

'பின் அவனை அடித்துப்போட்டது யார்?'

'எனக்கு அவன் சொந்த விஷயங்கள் ஒன்றுமே தெரியாது. அவன் ஒரு ரௌடி, குண்டா! அவ்வளவுதான்...'

கடவுளே! என் கணவன், உலகத்தில் மிக மகத்தான அரக்கனாக வாய்க்க வேண்டும்? 'ராஜேஷ் உன் பெயர் என்ன தெரியுமா? டெர்லின் அணிந்த அரக்கன்.'

அவன் சிரித்தான். 'ஹனி! அஜ்மல் கான் ரோடில் புதிதாக ஒரு ஹோட்டல் ஆரம்பித்திருக்கிறார்கள். மசாலா தோசா உத்தம மாகச் செய்கிறார்கள்.'

அவன் சொன்னதை அவள் கவனிக்கவில்லை. அந்த மரங்கள் இன்னும் வேகமாக அவளை நெருங்கி நெருங்கி மறைந்தன.

நான் விமலா. பிறந்தது 1947-ல். இந்திய தேசத்துக்குச் சுதந்தரம் பிறந்ததும் பிறந்த புதுமைப் பெண். எத்தனைவிதமான புதிய ஆர்வங்களும் நம்பிக்கைகளும் கொண்டவள்? காதல் தெரி யாதவள். ராபர்ட் ஃப்ராஸ்ட் படித்துக்கொண்டே வெறும் காலில் நடந்தேன். ஒரு பூனைக் குட்டியை மழையில் இருந்து காப்பாற்றி னேன். கர்ல் கைட் ஸ்கவுட். பிராணிகளிடம் அன்பு செலுத்தி னேன் (ராஜேஷ் உட்பட). என் ஒரே கவிதையை எங்கோ எழுதி வைத்திருக்கிறேன் என்று நினைக்கிறேன். அந்த வரிகள் கங்கை நதி பற்றியது. ஸில்லி! கங்கை மாதா! அம்மா! ஏன் ரத்தம் அன்று உன்போலப் பொங்கியது.

அம்மா இல்லாதவள். எந்த அமைப்பையாவது தகர்க்க நினைத் தேனா? இல்லை. எதையும் மறுக்கவில்லை. பொய்யாக, சின்ஸியாரிட்டி இல்லாது எதுவும் செய்யவில்லை. செய்த தெல்லாம் இயல்பாகச் செய்தேன். எவ்வளவு படித்தேன், எவ்வளவு பேசினேன் - அல்லது பேச நினைத்தேன். பேசுவதற்கு ஆள் இல்லாமல் பேச்சு செத்துப் போனேன். அப்புறம் என்னைக் கவர்ந்த நான் ஆளாக்கிய ஒரே ஒருத்தன் - அவனிடம் கிடைத்த சந்தர்ப்பங்களில் பாவம் பண்ணாமல் டைலெக்டிகல் மெடீரியலிசம் பேசினேனே. அய்யோ வாய்ப்பிழந்தேனே!

யாஷ்!

அவள் சப்தமில்லாமல் செய்த ஒலி எல்லா இடங்களிலும் எல்லா யுகங்களிலும் எதிரொலித்தது.

யாஷ் இறந்து செயல் செத்துப் போனேன். எல்லோரும் என்மேல் எவ்வளவு துரோகம் இழைத்தார்கள்! என் உடம்பை சரளைக் கற்களில் சாய்த்துத் துகிலுறித்தார்கள்... படுக்கையில் சாய்த் தார்கள்...

நிம்மதி தரவில்லை. அந்தப் பெயர் தெரியாத இளைஞர்கள், அந்த ஏப்ரல் மாதத்து வெயில். அவன், அவள், அவர்கள், மரங்கள், செடிகள், சாமியார்கள், எல்லோரும் எனக்குத் துரோகம் இழைத்தார்கள்.

யாஷ். நீகூட! ஏன் என்னை நீ தொடவில்லை? ஏன் என்னை...

என்னைச் சுற்றி நான் சுற்றிக்கொண்ட வலையிலிருந்து விலக முடியாதா? விலக முடியுமா?

'என்னை மகோன்னதமாகப் பிறப்பித்த என் பெற்றோர்களே, என்னை மன்னியுங்கள்.'

'நான் இறக்க ஆரம்பித்தது அந்த 6.9.61-லேயே. அப்போதி லிருந்து கொஞ்சம் கொஞ்சமாக இறந்து வருகிறேன். அதனால் இப்போது...

'ராஜேஷ்!'

'என்ன?'

'நாம் எப்பொழுது டில்லி போய்ச் சேருவோம்?'

'விடிவதற்குள்.'

'ராஜேஷ்?'

'எஸ் டியர்!'

'யாஷ் இறந்தபோது அவன் இறந்த அந்தக் கடைசி கணம் வரை அவனுக்குத் தெரிந்திருக்காது எதற்காக நம்மை அவர்கள் இப்படித் தாக்குகிறார்கள், எதற்காக நாம் பலியாகிறோம் என்று. ஆனால், ராஜேஷ் உனக்கு உன்னுடைய கேஸில் அப்படி இல்லை. நீ இறக்கப் போவதன் காரணம்... உனக்குத் தெரிந்து தான் இறக்கப் போகிறாய், அதுதான் யாஷ்...'

யாஷ்!

விமலா ஸ்டியரிங்கின்மேல் பாய்ந்து அந்த சக்கரத்தை அதி வேகமாகத் திருப்பியபோது அந்தக் கார் மணிக்கு 90 கிலோ மீட்டர் வேகத்தில் சென்று கொ...ண்...டி... ரு...ந்...த...து.